TRẦN VẤN LỆ

# nắng hoàng hôn
# còn sót mấy câu thơ

NHÀ XUẤT BẢN NHÂN ẢNH
2025

TRẦN VẤN LỆ
**NẮNG HOÀNG HÔN
CÒN SÓT MẤY CÂU THƠ**

Biên tập & đọc bản thảo: Nguyễn Thiên Nga
Bìa & dàn trang: Lê Nguyễn Minh Quân
**Nhân Ảnh** xuất bản năm **2025**
ISBN: 979-8-3483-0203-0

Copyright © 2025 by Tran Van Le

*Thay Lời Tựa*
# Trong Nắng Hoàng Hôn

*Chim về tổ, buổi chiều không hót*
*Nắng hoàng hôn còn sót mấy câu thơ...*

Tôi đọc những câu thơ "còn sót" này của thi sĩ Trần Vấn Lệ cũng vào một buổi chiều, khi hoàng hôn buông rèm phố núi.

Một ngày của ông đã qua. Một ngày khá ảm đạm, bởi ngay từ sáng sớm, ông đã để nỗi buồn cố hữu về ngự trị.

*Sương không nhiều...*
*sáng không bình minh, buồn chút chút, bao nhiêu?*
*Trưa nắng lên. Ngày xuống về chiều.*
*Lòng như thể mặt hồ không sóng.*
*Ngày qua ngày, ngày tiếp tiếp theo...*

Hoàng hôn tiếp nối hoàng hôn. Tôi liên tưởng đến hai câu 1267 – 1268 trong Truyện Kiều của đại thi hào Nguyễn Du:

*Song sa vò võ phương trời*
*Nay hoàng hôn đã lại mai hôn hoàng*

Tức là hết chiều này đến chiều khác không có gì thay đổi. Hoàng hôn cứ mang đến vẻ đẹp buồn hiu, cô đơn đến lạ!

Mỗi *"hoàng hôn lại sót mấy câu thơ"*. Thi sĩ Trần Vấn Lệ đã có nhiều hoàng hôn như thế và rất nhiều câu thơ thấm đẫm nỗi buồn của ông vẫn bàng bạc thả vào khung trời mênh mang và thời gian thăm thẳm. Tôi chợt nhận ra, cũng như nhiều người, khi đối diện với hoàng hôn, ông thường trải qua cảm giác chia ly và nỗi buồn sâu sắc.

Tôi đang mường tượng về một chân dung "hoàng hôn". Một ngày như mọi ngày, ông đang ngồi lại với những chiều buồn nơi xứ người, hồi tưởng về quá khứ – quá khứ của một người lính, một thầy giáo dạy Việt Văn tại trường nữ trung học Bùi Thị Xuân ngát thơm mùi lá khuynh diệp thuở nào:

*Cầm giữ áo phong sương trận mạc.*
*Nguệch ngoạc vẽ phấn trên bảng xanh.*
*Hát nghêu ngao vài đoạn quân hành.*
*Cúi xuống hôn bàn tay còn gân...*

Trong bóng hoàng hôn có hơi biển chiều Phan Thiết mát rượi phả vào người, có tóc gió bay bay vờn mù sương Đà Lạt, tôi thầm hỏi: ông có cảm thấy buồn, cô độc hay chỉ thẫn thờ hoài niệm – một miền hoài niệm kéo dài qua hai thế kỷ. Chốc lát, ông có chợt quên mình đang lang thang chốn mộng mơ nào.

Hoàng hôn không chỉ là thời khắc, không gian mà đó còn là ý niệm trong tâm thức.

*"Tôi đi giữa hoàng hôn,*
*Khi ánh chiều buông, khi nắng còn vương*
*Một mình tôi ngắm cánh chim lạc loài*
*Mà lòng mình thấy u hoài..."*

Thầm thì câu hát đầy niềm cô đơn, khắc khoải của nhạc sĩ Văn Phụng, tôi như nhìn thấy ông – thi sĩ Trần Vấn Lệ cũng đang lặng lẽ trong khoảng không vô định đó, trong bóng hoàng hôn đời người đó.

*Ba mươi lăm năm, tôi đời viễn xứ,*
*Ngó lên trời: Mây trắng cứ trôi!*
*Người thêm tuổi. Ít nhiều đau đớn.*
*Ai hôm nay không có lúc ngậm cười...*

Ngoài ý nghĩa ẩn dụ cho tuổi xế chiều - hoàng hôn của đời người, sự dừng lại một số câu chuyện trong cuộc sống cũng là "hoàng hôn". Trộm nghĩ, sự hòa điệu với thiên nhiên, sống cho thực tại nhiều hơn sẽ khiến hoàng hôn đời người nhẹ nhàng hơn, hạnh phúc hơn nhiều lắm.

Tôi nhớ một câu nói của thiền sư Thích Nhất Hạnh: *"Hoàng hôn dạy ta bài học về sự buông bỏ, chấp nhận kết thúc để đón nhận những khởi đầu mới."*

Như vậy, phải chăng, đối với thi sĩ Trần Vấn Lệ, rất nhiều khi hoàng hôn mới chính là sự bắt đầu(?)

*Mưa có đọng giọt nào trên mắt*
*thì lau đi cho sáng hoàng hôn!*
*Ai đã đến mừng nhau ba bữa Tết,*
*giữ cho còn cái thuở yêu thương!*

Để rồi, mỗi khi hoàng hôn về, ông để tâm hồn mình lắng đọng, lắng nghe tiếng nói từ bên trong và nguồn cảm xúc lại bật lên thành những câu thơ da diết, ngọt ngào bất tận.

*Dalat, 01/2025*
**Nguyễn Thiên Nga**

Ảnh: sergio34 @ Shutterstock

## Đủ Rồi Cho Một Bài Thơ

*"Đi bên nhau không là đôi vợ chồng*
*Tay cầm tay không là đôi tình nhân".*

Thơ Đinh Hùng... Tự dưng tôi nhớ, nhắc!
Cứ hai người gọi là một cặp
Cứ hai người thì cũng gọi là đôi
Gọi như thế cho vui
Hay gọi như thế vì mình lạc loài đơn lẻ?

Một vầng trăng, thấy buồn, người ta cầm dao xẻ
Xẻ làm đôi cho trăng thành hai! Trăng rất buồn.
Buồn nhất lúc chia tay
Người gối chiếc.
Kẻ dặm dài đơn chiếc!

Thơ Đinh Hùng có nhiều câu hay thiệt
Chẳng hạn như: "Chưa gặp em tôi đã nghĩ rằng có
nàng con gái đẹp như trăng..."
Tưởng tượng thôi... tưởng thấy người trước mặt!
Thấy bàn tay ai, thấy đường dao cắt
Em nhăn mặt rồi. Đau lắm phải không?
Thấy dưới chân em mấy giọt máu hồng
Thấy cả vườn hoa hoa hồng ứa lệ...
Thơ của Đinh Hùng làm tôi nhớ Bé
cô học trò mái tóc thề bay
Tôi chưa cầm tay để lau từng giọt máu!

Ngàn ngàn năm trăng không có áo
Nói đi trăng trăng đã lạnh dường nào?
Khi không mà ai đã cầm dao
Cắt mặt trăng, cắt lòng tôi hai nửa?

Kết thúc bài thơ là thơ Hàn Mạc Tử:
"Đêm nay có một nửa trăng thôi
Một nửa trăng ai cắn vỡ rồi
Ta nhớ mình xa... thương... đứt ruột..."

### *Tóc Gió Bay*

Em ra vườn...
em hái mù sương
Mù sương Đà Lạt đâu không thấy?
Chỉ thấy gió làm em tóc bay!

Em ngó anh,
cười.
Gió! Gió ơi...
Hôm đó, tóc bay em choáng ngợp
mà anh không kịp tới, vòng tay!

Yêu em chi lạ
người con gái
cứ ngỡ Tiên Nga giáng cõi trần
Kỳ Ngộ Bích Câu, Đà Lạt hả?
Hay là trước mặt: Áng Phù Vân?

Thưa em,
trước mặt: hồ xanh biếc
sóng gợn làm cho tim rộn ràng
màu cỏ đồi Cù, ai đã xóa?
ngàn xưa cũng xóa, cả ngàn sau!

Bao nhiêu người có Tình Non Nước
sao bỗng mơ hồ, Có hóa Không?
Phật bảo cái Không là cái Có!
Mình đi mướn ngựa dạo chơi rừng...

Tóc em chiều gió bay chiều gió...
Anh cũng hồn bay áo lụa xưa!
Lên tới Blao hay xuống Quảng
tìm làng dệt lụa, kiếm câu thơ?

Em là thơ, nha! Em là thơ!
Anh là người tình chung ước mơ:
Mai mốt Non Sông mình gấm lụa
vén mây cho sáng bóng trăng mờ...

Cảm ơn em gợi bài thơ đẹp
Anh chỉ là người chép lại thôi!
Có thể phơi đâu không kẻ đọc
Chúng ta còn đó, gió sang mùa...

Em gom thơ anh in từng tập
Anh gom tóc em được cũng tài!
Có lẽ có tình ta có hết
một thời hoa mộng cõi trần ai?

Em mười bảy tuổi em đi vội
ngựa tía, ngựa hồng hí ngẩn ngơ...
anh biết tìm đâu cây lược quý
chải em cho tóc hóa thành mưa?

## *Hành Phương Tây*

Ta với ngươi hề phương Tây hành. Tóc xanh, nào phải, chỉ trời xanh! Lòng thơm? Không phải! Hương hoa cỏ. Mơ mộng... Mà ôi mộng chẳng thành!

Ta với ngươi hề đi lang thang. Không ai kinh ngạc người-việt-nam. Ai ai cũng vậy, đều lo sống. Đời ngược xuôi và... đời dọc ngang!

Ta với ngươi hề vào đây chơi. Mộ kia ngươi tựa tấm bia ngồi. Mộ đây... ta đọc tên người chết... hay nhỉ như là tên-họ-tôi!

Ta với ngươi hề đốt thuốc đi. Đốt cho bay khói tưởng đang về. Phương Đông Bất Bạt Ba Vì núi, một dải sông hiền chở bóng mây...

Ta với ngươi hề không thở than. Có hơi nào sót chẳng hơi tàn? Ba năm đường nhỏ lòng ngơ ngác, chí cả khác nào cọng khói tan!

Ba năm Mẹ già chừ ra sao? Ba năm đâu phải mới đây nào! Dốc tiền mua thẻ nhang ngồi đốt, Mạ với Ba hề đang ở đâu?

Ta với ngươi hề mai chia xa... Trời Tây không có một hiên nhà. Trời Nam di diều mờ trong nắng... Mình cũng là loài di diều, kia!

*Trời ơi trời ơi ta và ngươi, dang tay như Chúa ngó lên trời, Ai đưa tay khép giùm con mắt, đừng thấy quê nhà nữa. Biển khơi!*

### *Ngày Đầu Tháng Sáu*

Sinh Nhật qua rồi... Hôm nay tháng Sáu, đầu mùa nắng ráo chưa ráo lòng thôi!

Vẫn là xa xôi Nước Non ngàn dặm! Vẫn là buồn lắm giống như buồn hơn...

Không có Quê Hương thì tha hương mãi. Không nói trái, phải vì không ai nghe...

Mỗi ngày ngó xe trên đường qua lại. Bạn bè trai gái không còn hỏi han...

Bạn mất, mình thăm. Mình còn, không bạn. Đến chim buổi sáng không nán công viên...

Nhiều chuyện mình quên mà không quên tội! Biết đường là lối – lối nào cỏ hoa?

Bụi khói chan hòa xót xa từng chặng. Bụi khói, bụi phấn. Bụi bờ. Bụi tro...

Các em tuổi thơ, mắt tròn viên đạn, chớp mắt nhìn nắng, chớp mắt nhìn mưa...

Nửa Thế Kỷ qua. Hôm nay tháng Sáu! Con đường rào rạo, tiếng sỏi cũng xưa...

Tôi làm bài thơ này sao khô khốc? Có ai vuốt tóc chải được thời gian?

*Không ai vuốt tóc chải được thời gian!*

## Một Ngày Nữa Một Ngày

*Tìm em như thể tìm chim. Chim ăn biển Bắc, anh tìm biển Nam...*

**(Ca Dao)**

Một ngày nữa, một ngày... bầy chim bay về Bắc. Không bay thì không mất... mà bay thì mất rồi!

Nghĩ thế, nói thế, vui... Nỗi vui mừng mỗi sáng. Trời tháng Sáu quang đãng... mình về Nam tìm chim!

Trời có hướng, có tên, mình vô danh, làm ngược, tìm chim làm sao được... khi mình biết mình sai!

Phải chi mình hàng cây / cứ đứng yên một chỗ... rồi sinh hoa, hoa nở/ bay phấn hương như sương...

Hàng cây đứng bên đường. Con đường sinh để chạy, trong bầu trời mình thấy những bầy chim đang bay...

Hôm nay, sáng mồng Hai, ngày thứ hai tháng Sáu, tôi buồn chân đi dạo lạc vào xứ Ca Dao!

Tôi không hiểu Ca Dao tại sao mà kỳ thế... chắc tác giả suy nghĩ chuyện gì đó khác thường?

Người yêu đi một phương, mình đi tìm một hướng! Tôi thắc mắc, tưởng tượng / trên đời một thi nhân...

... nên đời có thơ văn? Nên đời có bệnh viện... những tượng đài dâng hiến / những đám mây muôn nơi?

Ôi chao ơi cõi người, nói về chim có lý? Cây lau lách ngã quỵ / trong vòng tay Pascal?

"Con người rất mềm yếu, nó là cây lau sậy. Cây lau sậy có tư tưởng"!.[*]

*Tự dưng tôi rờn rợn thấy mình trên đồng hoang...*

---

[*] *Một ý tưởng của Pascal. Xưa, nay, Pascal được đời xưng tụng là một nhà-tư-tưởng. Có lẽ vì nhan đề cuốn sách của Pascal,* Les Pensées.

## *Tháng Sáu Châm Điếu Thuốc Treo Buồn Lên Nhánh Cây*

Tháng Sáu ngày mồng Bốn mà buồn giống Ba Mươi! Còn hăm sáu ngày thôi, nửa năm đầu chấm dứt...

Marathon cán mức... sẽ cán mức bình thường? Hay là rất dễ thương... ai cũng mặt nhễ nhại?

Tưởng tượng người con gái chạm sợi dây cuối cùng... Hai má của nàng hồng, ai để lòng "thương quá"?

Không có ai đâu cả! Một cuộc đua trong mơ! Tháng Sáu ngày thứ tư, mai thứ năm, thứ sáu...

Đường nào cũng là Đạo. Khoảnh khắc đều Thời Gian. Số mệnh người Giàu Sang giống như người Nghèo Khổ...

Vẫn Sinh – Lão – Bệnh – Tử! Vẫn Nam – Mô – A – Di – Đà! Vẫn những gì nói ra bắt đầu từ im lặng!

Ông Khổng Tử đi vắng, nhiều nhà dựng cho Ông. Đặt tên hay vô cùng: Viện Nghiên Cứu Khổng Học...

"Về đâu hạt bụi vàng thao thức theo bánh xe lăn vòng khát khao?". Huy Cận, lòng nao nao, Tham – Sân – Si tiếp diễn...

Thích Minh Tuệ mất biến... Trăng dầu tháng vừa tà. Xé mù sương tiếng gà vang vang nghe rờn rợn...

*

Ai nhỏ rồi cũng lớn, đường sá rộng thênh thang, đời là cánh đồng vàng, lúa trĩu hạt cúi xuống...

Con người thì tùy chọn: khiêm tốn hay kiêu căng. Thành hay bại đều mang cái ý nghĩa: Kết Cuộc!

*Tháng Sáu, châm điếu thuốc, treo buồn lên nhánh cây...*

### *Bài Thơ Này Thơ Bình Minh*

Mặt trời còn ngủ ngon! Chắc hôm qua mình hôn, chắc hôm qua mình chúc... mà mặt trời nhắm mắt... rồi ngủ ngon?

Dễ thương!

*

Bươm bướm bay trong vườn. Mình nhìn theo con bướm. Gió chỉ là thoang thoáng. Bướm chập chờn.

Dễ thương!

*

Sáng không có mù sương. Trời mờ như dải lụa... Ở đây không đồng lúa chỉ thảm cỏ được chăm...

Có một người đang nâng nụ hoa hồng he hé. Người đó giống bà Mẹ nâng niu một đứa con.

Tôi nghĩ tới nụ hôn. Tôi nghĩ là quà tặng cho ai đó là nắng, cho em nhé... là mưa!

Đừng giận anh câu thơ gì đâu... không đối tượng.
Ai nhỏ hoài không lớn uống chăng mình tương tư?

Ở nhỉ như giấc mơ bay theo bồ câu trắng. Bay trên bầu trời vắng, nắng lắng kìa chân mây...

Chân mây và chân mây... Bàn tay năm ngón hỡi em vừa đưa lên bới tuổi Xuân Thì trong veo...

Tôi muốn hôn người yêu của tôi trong mộng tưởng! Tóc em vương bụi phấn, lòng của Thầy vương mây!

*Bài thơ tôi sáng nay không dàn bài bố cục nhưng. chắc là đẹp nhất... vì nó Thơ-Bình-Minh!*

### *Vĩnh Biệt Thầy Lê Phỉ Đà Lạt*

*Thầy Lê Phỉ không còn trên thế gian này nữa!*

Thầy ra đi mồng Bày tháng Sáu... tháng-giữa – năm. Đà Lạt mưa lâm thâm, Gấu Tận Tâm nhắm mắt...

Giọt Lệ Thu trong vắt. Bà Tương Phố nghẹn ngào. Và rừng thông lao xao, con gửi về chút gió...

Thầy ơi trăng mờ tỏ mà nỡ nào Thầy đi? Chín bảy năm, làm chi? Thầy làm gì, đời biết!

Thầy nói không rời Việt, non nước Thầy từng xa. Thầy học những tinh hoa của người ta đã đủ!

Hướng Đạo, Thầy Con Gấu Tận Tâm bảo vệ Rừng. Con khóc Thầy rưng rưng. Con yêu Thầy bất tận!

*Thầy đi nhé! Tâm Thắng!*
*Thầy ơi! Thầy của con!*

Temple City, Los Angeles, Mỹ, June 7 – 2024.

---

(*) *Ông Lê Phỉ, Cử Nhân Khoa Học đỗ tại Pháp, về nước mở Trường Mẫu Giáo – Tiểu Học – Trung Học VIỆT ANH 2 Hải Thượng Lãn Ông, dạy học, năm 1958. Thầy dựng Đoàn Hướng Đạo Lâm Viên. Thầy là Gấu Tận Tâm mang tên Phật Tâm Thắng. Thầy ở tù sau 30-4-1975 vì đưa ra Kế Hoạch Bảo Vệ & Phát Triển Thành Phố Đà Lạt. Thầy mất hết nhà, đất ở Đà Lạt. Thầy ra tù, trú ngụ tại số 10 Hai Bà Trưng, Đà Lạt, tôi thăm Thầy ở đó. Khi tôi xa Đà Lạt, Thầy đổi chỗ ở về đường Tương Phố, nơi có mộ Bà Tương Phố, tác giả thi tập Giọt Lệ Thu thời tiền chiến sau khi tiễn chồng đi Pháp học và chồng mất tại Pháp... Thầy Lê Phỉ sau tù, nghiên cứu Đông Y, chữa bệnh cho bà con. Ai cần Thầy tới, ban ngày kể cả đêm khuya. Thầy không nhận tiền của bất cứ ai. Con Thầy vượt biển ở Canada giúp Cha Mẹ sống được nhẹ nhàng...*

### *Nghe Tiếng Chim Chào Tháng Sáu*

Chim chào buổi sáng nắng như hoa,
tôi viết và hôn chữ Thái Hòa!
Nhớ lắm ông Vua Thành Thái lắm,
con đường Thành Thái Sài Gòn xưa...

Di Linh, tên quán Cà Phê nhỏ
tôi thấy rừng, yêu quý biết bao!
Tôi nhớ Trại Phong người thấp thoáng,
thấy Trời cũng có ở trên cao...

Trung Tâm Học Liệu gần nơi đó,
ai áo vàng bên cửa sổ kia...
Mới đó, ngàn năm trăng lặn mất,
bão bùng buồn chớ cuộc phân ly!

Sài Gòn hoa lệ... trường Sư Phạm,
Đại Học Văn Khoa cũng ở gần,
Từng hớp Cà Phê thơm vị núi,
dịu dàng ngọn cỏ... cũng bâng khuâng!

Tháng Sáu mồng Ba dương lịch nhắc
Quê Hương tôi mới tháng Tư về...
Tiếng chim... tôi tưởng khu vườn cũ,
Đà Lạt, dế mèn gõ cửa khuya...

*Ngủ nhá, người yêu sườn của núi,*
*mặt thơm lừng gió tự Langbian...*
*hôn em sống mũi hồn ta gửi*
*mãi mãi lòng ta thương nhớ thương!*

### *Tất Cả Lặng Lẽ Đi*
### *Những Con Sông Ngày Tháng*

Bắt đầu nghe than van: "Sao mùa Hè nóng thế? Không buồn mà ứa lệ? Mắt cũng chứa mồ hôi?"

Nghe than... thật buồn cười! Chỉ con người than thở, chớ kia kìa hoa cỏ / đâu có than gì đâu!

Việt Nam, những con trâu / vẫn cày, bừa chăm chỉ! Trong rừng, những con khỉ, đâu cần báo, ti vi...

Tất cả lặng lẽ đi – những con sông ngày tháng! Có lẽ vì lãng mạn, con người có văn chương?

Người ta nói Tú Xương, thơ Ông đều trào phúng... mà sao đọc cảm động / như bài Kiếp Chồng Chung!

Tưởng Ông nói lung tung, té ra Ông nói tục! Sự đời toàn chuyện đóc... cái chăn bông... đoạn trường!

Lời thơ Ông oán, thương. Ông nói ra hờn, dỗi. Tại sao Ông phải nói? Văn Học Sử cần chăng?

\*

Mùa Hè mới đi ngang, nhiều người đã than thở. Tôi mơ mình thành gió / tung tăng tà áo ai...

Tôi mơ mình thành mây, tụ thành mưa phơ phất. Nhưng... mà mơ duy nhất: hôn giọt mồ hôi em!

Em phải đi làm thêm / trên tám giờ thường lệ... Tôi biết em bớt ghé / chợ, vì vật giá leo thang...

*Tôi hôn em, Quê Hương / má hường trưa nắng Hạ. Em bềnh bồng tóc thả / mây mùa Thu, chừng nao?*

### *Bạn Bè Không Thấy Trên Khung Máy*
### *Một Khoảnh Sân Đầy Những Mảnh Trăng*

Không việc chi làm. Đi vọc máy
xem coi bè bạn nhớ mình không?
Không ai! Bèn vọc chơi vài báo...
Mắt đập vào đâu cũng cạn lòng...

Thôi thế thời thôi thời thế thế
chẳng buồn, có tủi chút, không sao!
Đời, xưa, nay... chỉ là cơn mộng.
Lát nữa ra sân ngó nhánh đào...

Đẹp lắm mùa cây xanh biếc trái
chừng hơn tháng nữa chín xun xoe.
Không ăn, vì nghĩ ăn chi uổng
để đó nhìn vui con mắt nhe!

Hai Thế Kỷ, Trời! Hai Thế Kỷ
Vàng bay mấy lá... chẳng bao nhiêu!
Hoa trôi, nước chảy, sông không ngược
Ngày vẫn bình minh tới xế chiều...

*Gõ máy đã xong bài Tứ Tuyệt*
*in ra, cầm kéo cắt, phân... vân...*
*nghĩa là: Từng Mảnh Thơ Từng Mảnh*
*phất quạt không ngờ... những miếng Trăng!*

## *Xa Mấy Vẫn Thương Mà Tóc Mai*

Chỉ một lần em về đó ở mà Đà Lạt. nở rất nhiều hoa... Hoa nhiều đến nỗi đem ra chợ, đủ giống hoa, người ta ngẩn ngơ...

Ngơ ngẩn vì hoa, ngơ ngẩn nữa... Cô bán Hoa như chẳng xứ này, không nói giọng như người Bảo Lộc, xa xa hơn như người Đồng Nai!

Em có bàn tay, em đẹp nhất. Em có làn môi không thoa son. Mặt em hiền hậu như Tiên Nữ và tóc mềm như mây trên non...

Anh nói gần, xa, anh nói nhỏ, nói thầm có lẽ tự ngàn năm... Hồi xưa ai cũng qua tiền kiếp, chắc cũng có lần ở với trăng...

Em hiền hiền, cô giáo dễ thương, tuổi mười lăm, mười sáu trăng tròn, đi lên Đà Lạt còn ôm sách, dắm duối không ngờ một hạt sương!

*Nhiều lúc anh nhìn sương khói tưởng em còn Đà Lạt ở Bồng Lai, xa hơn tí nữa là An Hiệp, xa mấy thương hoài nhé tóc mai...*

### *Ngày Của Mẹ Ngày Của Hoa Hồng Ngày Của Cha Ngày Hoa Hồng Rực Rỡ*

Ngày Của Cha trông mong rồi cũng tới,
chậm tại vì Mẹ ý muốn chờ Cha,
con của Cha cũng rất thiết rất tha:
"Cha Có Mặt!", bận gì cũng có mặt!

Ai là Cha cũng là một Ông Phật,
tôi thấy hoài như thế, bấy lâu nay.
Cha là người luôn độ lượng, từ bi,
không mắng vợ, không chửi con, không làm phiền lối xóm

Cha luôn luôn đi làm là dậy sớm.
Cha biết mình là cây bách, cây tùng.
Chưa lập gia đình, Cha sống thong dong
Lập gia đình, có vợ, có con, Cha không lười biếng!

Đối với các con: Cha là Thánh Thiện.
Đối với vợ mình, Cha đứng sau lưng.
Đối với núi sông, Cha, một đấng anh hùng.
Đối với cõi đời, Cha không quên đóng thuế!

Ngày Của Cha một tháng sau Ngày Mẹ...
Cha là người nhỏ bé trước Tình Yêu!
Cha – Tượng Đài Vĩ Đại, dập không xiêu
Cha bất tử vì dám liều sinh tử!

Tôi hiểu tại sao người ta gọi Ông Thầy là Sư Phụ.
Tôi tự hào: Cha Là Cây Lúa Đơm Bông!
Cha cho anh-chị-em tôi một Tấm Lòng,
Cho Mẹ của các con Ba một tấm gương trong sáng...

*Tôi tự tin: Tình Mẹ Cha là Mối Tình Lãng Mạn,*
*Biển có bờ, Lòng Dạ Biển Mênh Mông!*
*Ngày Của Mẹ – Ngày Của Hoa Hồng.*
*Ngày Của Cha – Ngày Hoa Hồng Rực Rỡ!*

### *Xanh Quá Em Ơi Biển Với Trời*

Hồi tối, nửa khuya, em thảng thốt
trở mình em hét tưởng trong mơ
rồi em nhích nhẹ tay bưng tóc
ngủ lại má hồng như bé thơ!

Hồi tối anh hôn em chẳng biết
Mỉm cười như chẳng biết anh hôn
Tự dưng anh muốn thơ như thế
Hơi thở đôi khi cũng dập dồn...

Hồi tối trăng sao đều lặn hết
Mình em duy nhất Nguyệt Lâm Viên
Anh cùng em lạc về Phan Thiết
lên tháp Hời em chớp mắt duyên...

Đôi khi đi lạc trong mơ mộng
nhìn thấy thơ bay thật tuyệt vời
cũng tại em thôi con suối tóc
mượt mà hoa tím lục bình trôi...

*Cũng tại em thôi con suối tóc*
*Mượt mà hoa tím lục bình trôi*
*Phù sa gió chải cây dừa nước*
*Xanh quá em ơi biển với trời...*

## Câu Thơ Này Làm Chứng

Đêm nào cũng thuốc ngủ, tôi ngủ không nằm mơ,
sáng thức dậy làm thơ cho em bình minh, đó!

Buổi sáng thường không gió nên thơ không bay đi.
Chỉ có hoa dậy thì nở như em bên Ngoại...

Cây cau sắp ra trái, hoa hương thơm như em. Trái
bưởi tôi nâng lên thấy môi mình có dấu...

Tôi giống con bướm đậu trên trái tim em sao?
Good morning, anh chào: Em vui ngày mới nhé!

*

Thơ tôi vẫn thường lệ nói với em thầm thì. Thơ tôi
hương bay đi tóc em thề bên suối...

Em, đôi chân đang duỗi, gót chân em hoa hồng. Dĩ
nhiên là suối trong! Anh yêu em biết mấy!

*Nói như là hồi ấy thấy em đi trong vườn... Nói rất là dễ
thương! Câu thơ này làm chứng...*

## *Vẫn Trời Mờ Hơi Sương*

Vẫn trời mờ hơi sương... vẫn là buồn thường lệ... chưa bao giờ buồn thế... hai Thế Kỷ buồn ơi! (*)

Thơ tôi làm cho tôi, coi như có công chuyện để cho mình lưu luyến mình thêm, mình từng ngày...

Tôi tin lát nữa đây sương tan trời quang đãng. Tôi tin nguồn ánh sáng chứa chan vầng mặt trời...

Tôi nghĩ em, đấy thôi...

có thể còn nằm bệnh, có thể đang hành lang, có thể quét lá vàng trên cái sân lát gạch...

Tôi rất nhớ Đà Lạt. Đâu phải mới bây giờ?

\*

Tháng Sáu không hề mưa ở Cali ngộ thiệt. Sáng sáng có chút rét đủ cho mình bâng khuâng?

Em! Chỉ em Giai Nhân. Tôi vẽ vời yêu dấu. Con chuồn chuồn mà đậu... chỉ vì nó thấy vui? (**)

Em có nghĩ đến tôi, con chuồn chuồn, là một? Em, chuyến tàu chạy suốt dặm trường xuyên Bắc Nam...

*Ôi tôi lại lang thang. Sương mơ màng, cũng phải! Tà áo dài con gái. Tà áo thời Nữ Sinh...*

---

(*) 1975 – 2025...

(**) Ca dao: Thân em phận mỏng cánh chuồn khi vui thì đậu khi buồn thì bay...

## *Thương Quá Ai Áo Lụa Qua Cầu Áo Gió Bay*

Nắng! Ai cũng nói hôm nay! Nắng tưng bừng buổi mai. Chắc lát trưa nắng dữ... như cọp nuốt con nai!

Mùa Hè mà, lãng khuây một vài chai bia bọt. Dĩ nhiên bia không ngọt. Thơ tôi không ngọt ngào!

Không chuyện gì làm sao! Làm thế nào cũng thế! Chuyện gì cũng mặc kệ! Làm gì chẳng làm sao...

Cái hồ thành cái ao, cái biển thành cái vũng. Không chân lý nào đúng nên Kách Mệnh... làm chơi!
Dân lên trăm triệu người, Phan Bội Châu cười khình: "Không thấy ai người lớn, toàn một lũ trẻ trâu!" (*)

Đầu tháng Bảy bắt đầu Lương Công Chức Tăng Lớn... ra chợ mua thịt lợn mắc gấp mấy thịt người!

Phố Đèn Đỏ trên người soi cõi đời ngập ngụa...

\*

*Thương quá ai áo lụa... qua cầu áo gió bay!*

---

(*) *Phan Bội Châu từng khóc: "Dân lên trăm triệu không người lớn, Nước bốn ngàn năm toàn trẻ con!".*

### Thơ Trên Đồi Thông
### Long Lanh Màu Nắng

Nắng quá. Chim ở đâu? Chắc ra hồ tắm mát. Một chiếc lá bay lạc / cứ ngỡ chim bay về...

Không có chim trên đê. Cánh đồng đang trong nắng. Đồng xanh không có cánh, chỉ núi cạnh đó bay?

Tôi nghĩ gì hôm nay, ngày cuối tuần em sắp / thắp nến mừng sinh nhật. Mai mà... mai của em!

Mai Chúa Nhật đừng quên / nhận nha từng lời chúc / vì em từng sợi tóc / mong xanh đến muôn đời...

Anh biết em sẽ cười / chụp tấm hình đẹp nhất. Rồi em đem đi cất / trong ngực dành cho anh...

Anh nghe tiếng long lanh / của dòng suối xanh biếc. Chim không hề bay biệt / mà về hót quanh em...

Anh đang nói về chim, nói về em Sinh Nhật. Một năm tưởng bay mất, lại về trong một ngày!

Anh hôn em bàn tay, ngón nào em giấu kỹ? Anh hôn em tỉ mỉ / chỗ nào em biết không?

*Hôn nhé hai má hồng! Hôn nhé Đà Lạt nhớ... Những chùm thông ai đỡ / mà phấn thông kìa em!*

*Ảnh: Kernel Nguyen @ Shutterstock*

## *Có Một Câu Thơ Sáng Nay*

Mùa Hè rồi. Đúng nghĩa. Sáng không còn mù sương. Người ta đi ngoài đường đông nhiều hơn bữa trước.

Có người ung dung bước đếm từng thước đường chăng? Có người chạy thật nhanh... dành chỗ mặt trời mọc?

Và bầy chim vui hót không biết chừng bao lâu. Sân Nhà Thờ, bồ câu nhặt từng tiếng chuông rụng...

Ông Cha Nhà Thờ đứng chào bà con từng người. Ông Cha vui nên cười? Bà con Chào Cha ạ...

Tháp chuông cao cao quá, trời chưa thả mây bay... Cái mùi hương sáng nay ngất ngây hồn lãng tử...

Ba mươi lăm năm biệt xứ tôi đi cùng thời gian! Hoa tim nở hoang mang cái ngỡ ngàng không hẹn...

*

Cuối đường đi là biển. Biển nào không bao la? Không đi thì không xa. Đi, biết mà, sẽ tới.

*Nhớ hương đồng cỏ nội áo bà ba bay bay... Câu thơ đó sáng nay không buồn tay chấm phết...*

### *Gió Len Lau Lách Con Đường Gió*

Gió len lau lách, con đường gió,
ta, lách lau len, chẳng lối về!
Ta biết là ta – người mất nước,
sao còn giọng nói... rất nhà quê?

Con kiến không than cành cụt lở (*),
ta buồn chi vậy, gió bờ sông?
Cali sông cạn, sông không nước,
tháng Sáu mong hoài, mưa, cứ mong!

Trời nắng, nóng ran, hơn chín chục,
xe ngoài xa lộ chạy vu vu...
Đường đi không hỏi, không ai chỉ
... mà mở phone, lem hết bản đồ!

Ta ngó lau ngàn, len lách gió,
ta nhìn con sông, nắng rất vàng.
Nắng ngập cánh đồng xanh tưởng nước,
mà không! Mà không! Hoàng hôn tan!

Người ơi người ơi cho đi cùng
Ta muốn theo người đi mênh mông...
Cái thuở canh me buồn lắm lắm,
thêm thời trôi nổi, khác nhau không?

Lau lách len nhau chạm tiếng kèn
Nhiều con chim lạ hót thành quen
Khúc quân hành, ngộ! Ngân từng đoạn,
có đoạn dài như trống ngũ liên!

Lau lách gió len, luồn, lách gió,
chập chùng, ta nhớ quá Trường Sơn...
xanh xao, ta nhớ con sông Cửu,
con mắt ai xanh, biếc, nỗi hờn!

Con kiến và ta, hai đứa khác,
ta cúi đầu, ta... kẻ bại binh!
Chỉ có em thương không mắng chửi
năm mươi năm rồi... em làm thinh!

---

(*) *Ca dao:*
*Con kiến bò lên cành đào,*
*đụng phải cành cụt bò vào, bò ra...*
*Con kiến bò lên cành đa,*
*đụng phải cành cụt bò ra bò vào!*

### *Tám Giờ Hơn Bình Minh Chưa Dậy*

Sáng. Trời như muốn mưa. Sương mù bay có hạt.
Chim có lẽ tản mát không nghe một tiếng vang!

Xe, vài chiếc chạy ngang. Người ta đi làm, hết? Trời
âm u, lạ thiệt. Buồn vì cái âm u?

Tôi nghe ấm ấm đầu. Hôm nay chắc ngã bệnh?
Không ý thơ nào hiện, hay... vì chưa bình minh?

Hôm qua, thơ làm thinh. Tôi thấy mình có tội...
Lần đầu tiên không nói câu chào nào với thơ...

Thơ có thể giấc mơ tấp vào bờ vào bụi? Thơ có thể
gió thổi về đâu rồi, bão bùng?

Mở báo, nhìn lung tung... Việt Nam đang lũ lụt...
Nhà gió bay hết nóc. Đường ngập ngụa như sông...

Không còn ai ngóng mong những người đi xa xứ...
Bao nhiêu người không mộ, có bình tro... là may?

*

Bài thơ sáng hôm nay... không có mây cuồn cuộn!
Bài thơ nhìn không sướng vì nó vướng tâm tư?

*Bỗng nhớ hai câu thơ của Nguyễn Trãi, thấy đúng:*
*"Biết ai tâm sự đời nay / mà đem Non Nước làm rày*
*chiêm bao!"*

## Một Giấc Mơ Dễ Thương

Hồi tối tôi nằm mơ Một Giấc Mơ Hiền Hậu – tôi đang cầm trái ấu bỗng nó tròn như trăng.

Tôi đưa cho em ăn, em cười như trăng sáng. Một chuyện tình lãng mạn từng chút mây bay qua...

Tôi hôn em chỗ mà em không ngờ tới được. Em chỉ nói "làm phước cho anh đó nha nha!"

Em là một đóa hoa chưa bao giờ đẹp thế.

*

*Bài thơ này chuyện kể Một Chuyện Tình Trong Mơ!*

## *Bong Bóng Bay*
### *Hỡi Bạn Hỡi Bè Những Ngày Thơ Dại*

Đẹp chứ nhỉ, bạn mình, bong bóng, đỏ-trắng-vàng-xanh-tím... bay bay. Trong trời xanh, xanh biếc hơn cây. Trong con mắt, đêm ngày lóng lánh. Tuổi ấu thơ, một thời không biết lạnh, nắng không mưa, đi thả bong bóng bay...

Bạn của mình ơi, tôi đang dâu dây? Trên bờ biển? Giữa cánh đồng trống trải? Có thể bên một cánh rừng nở vàng hoa dại? Có thể ở sân banh không ai đá banh? Tôi thả bong bóng bay và tôi nhìn, tôi nhớ bạn, tôi nhớ mình, tôi nhớ quê xưa những chiều vắng lặng. Trời không mưa, không nắng, chúng ta đùa bát ngát tuổi ngây thơ...

Hai Thế Kỷ song song, bạn nhỉ ai ngờ..., mình khôn lớn lòng còn nguyên nhỏ dại. Có nhiều buổi chiều tự dưng buồn tê tái, nhớ làm sao bè bạn, xóm làng thương... Nhớ những lúc gió lên vàng lớp lớp bụi đường, những đứa nhỏ, tụi mình thổi bong bóng, thả...

\*

Có những bong bóng bay qua biển cả. Có những bong bóng bay vào cổng nghĩa trang. Có những bong bóng bay vào lịch sử, từng trang, thành những giọt lệ ố vàng tang tích!

Bong bóng bay, có khi mình yêu thích. Có những bong bóng bay... không ai nghịch ngợm, cũng bay! *Tôi đang úp mặt vào hai lòng bàn tay, tôi thấy bong bóng bay trong lòng bàn tay của ai ngồi giặt áo... Có nhiều buổi chiều của tôi thật là áo não. Bạn bè xưa nhiều người ở nghĩa trang!*

### *Mỗi Ngày Một Lặng Lẽ*

Giữa vòm cây thành phố, đại lộ như biết đi! Lá rụng gió thầm thì, xe rầm rì chầm chậm...

Không ai nói vui lắm vì không gặp người quen! Không còi giục nhanh lên vì... còn đi còn tới!

Trong vòm cây vời vợi, nỗi buồn như cái hang. Một thời kỳ xa xăm còn cái hình ảnh cũ!

Cái hình không biết cũ. Đời cũ cũng già nua! Cái mới là bài thơ mà không ai thi sĩ!

*

*Cây trụ đèn thất chí, kệ nó!*
*Ôi Thời Gian!*

## *Em Là Ngàn Thông Rung Phấn Bay Đầy Anh Những Bài Thơ*

Tháng Sáu còn ba ngày hết, trời không mưa một giọt nào! Nắng quá. Nóng quá. Làm sao? Làm sao, làm gì... cũng vậy!

Sông Los Angeles trơ đáy... bình thường là chuyện Cali! May rừng không cháy năm nay, núi còn xanh tươi màu cỏ...

Sáng sáng vẫn thấy có thỏ / vểnh tai ngồi ngó mặt trời, ngó những con sóc đi chơi,... ngó những dòng xe như nước!

Cali nhiều người đi "phượt", họ đều là Tây-ba-lô! Họ tới từ Mexico, từ bên châu Âu, châu Úc.

Nóng không làm người ta bực, mình tôi than, thật vô duyên... nhưng tại vì thơ là thuyền, tôi muốn giong thuyền ra biển...

Nơi mà chân mây thường hiện... Quê Hương tôi thật xa vời. Tôi thấy mây trôi mây trôi, tôi thấy xa vời... tôi nhớ!

Nhớ em! Chỉ M, ai nữa... Em là con thỏ nhìn mưa, em là con chim núp gió, em là hoa nở bờ sông...

Em có đôi mắt thật trong, em có tấm lòng thật đẹp, tôi muốn là Vua khép nép bên em Hoàng Hậu, thưa mình!

*Em ơi em ơi trời xanh, em là tình anh vô tận... Em là ngàn thông rung phấn bay dầy anh những bài thơ...*

### *Ngày Đầu Tháng Bảy Tây*

Tháng Sáu kéo màn lại. Tháng Bảy cầm Micro! Ba mươi ngày nắng, khô, sáng nay... môi mới ướt...

Nhìn thôi. Hôn không được... xa ngàn bước thời gian! Xa như tóc dài thượt, còn thấy, đó, Quê Hương!

Còn thấy con suối tuôn mang mùi cau vườn Ngoại. Còn nghe ai cứ nói... chim kia kìa Ngoại ơi!

Hãy cứ nhỏ hoài hoài, nghe không người yêu quý! Em là dòng lưu thủy. Em là thơ, là mây...

"Cao sơn lưu thủy,..." đây – câu thơ Cao Bá Quát, phe phẩy mát như quạt thổi tan gió mùa Hè!

Tháng Bảy mưa lê thê chưa thấy gì báo hiệu. Chức Nữ chắc thừa hiểu có một đêm mưa Ngâu!

Lịch Âm mới chở sầu! Chao ôi người Thiên cổ. Bao la cánh đồng lúa, Ngưu Lang kìa. buồn, buồn.

\*

Bài thơ không dễ thương. Có gì nghe ấm ức? Em cầm lược chải tóc chắc đang dừng phải không?

Suối nước trong vẫn trong, gót chân em, anh nhớ. Con lòng tong bỡ ngỡ bơi chạm ngón út em...

Em, con mắt nhìn lên. Anh, nhành cây ngó xuống. Ai cấm mình tưởng tượng: đầu tháng Bảy mưa bay?

*Nhưng em à sáng nay chỉ là bài thơ nhớ...*

## *Bài Thơ Dễ Thương Cho Vườn Bích Câu Đà Lạt*

Hình như hai đứa mình đều người không-biết-nói?
Hai con chim kia hỏi, em có nghe chúng không?

Hình như có con sông cuồn cuộn vòng ánh sáng?
Em nhìn kìa màu nắng sao nó giống màu mưa?

Ở nhỉ con sông thơ chảy hoài trôi mưa nắng? Nó
nằm yên không đặng, nó ngơ ngác như mình?

Hai con chim làm thinh, rồi dã bay về núi. Hai đứa
mình ai duổi mà em ngả vào anh?

*

Những câu hỏi quanh quanh một buổi chiều êm ả,
nắng tô em hồng má, nói làm sao bây giờ?

Anh hôn em trong mơ hình như ngàn năm trước?
Hồi đó chưa Non Nước chỉ có trời đất thôi...

Hồi đó có niềm vui: mình gặp nhau kỳ ngộ – em
một đóa hoa nở thơm ngát vườn Bích Câu!

Hồi đó chưa biển dâu, Đà Lạt sao đẹp thế, hàng
liễu như tóc rẽ đường ngôi về Thiên Thai...

Là em mà, không ai! Trần gian này ai nữa? Ngón
tay út cũng nhớ em xòe tay hứng mưa...

*Đà Lạt mình hồi xưa: Em-trọn-thành-phố-đó! Anh
thèm anh là gió nói nhỏ Anh-Yêu-Em!*

### *Mình Đâu Có Hẹn Đường Thiên Lý*
### *Em Rất Xinh Vì Em Cố Hương*

Tại sao không có bài thơ đẹp
để tặng ai kia đẹp thế này?
Mà nhỉ... nói chơi cho có chuyện
chắc gì ai đó chẳng là mây?

Mây bay qua rừng, mây tới núi,
mây về đồng xanh qua chân trời.
Mây hình như trải từng vuông lụa
kết lại áo nàng trong nắng phơi...

Ôi cái thuở ta ngồi nhắm mắt
ai ngờ em mở cửa vào thơ!
Tiếng chuông chiều gọi hoàng hôn tới,
em cả quê nhà trong nắng mưa!

Ta biết tay ta còn vụng lắm
lòng ta không trải hết tình ta!
Em à, vẫn có bài thơ đẹp,
vì... tại em là một đóa hoa!

Một mai ta buồn ta cô đơn,
chắc chi em biết sao ta buồn?
Mình đâu có hẹn đường thiên lý,
em rất xinh vì em Cố Hương!

Em rất xinh mà thơ không ngờ
em là rừng là sương trong mơ.
Em chỉ hiện thôi không để bóng,
em không còn mười bảy tuổi xưa!

*

*Ta chối gì đi, em vẫn đẹp,*
*dẫu câu ước nguyện nén nhang tàn:*
*Tình không phải cỏ, mưa không lấp,*
*em-hồn-nhiên-ngày-mưa-mênh-mang...*

## *Nắng Đâu Có Ướt Sao Nắng Lại Long Lanh*

Nắng đâu có ướt sao nắng lại long lanh?
Em không có anh, tại làm sao em nhớ?
Ôi Tình Yêu thật khổ! Ai định nghĩa được Tình Yêu?
Hay là cứ giữ nguyên mấy câu của Xuân Diệu:
"Nào ai định nghĩa được Tình Yêu! Có nghĩa gì đâu một buổi chiều nó chiếm hồn ta bằng nắng nhạt, bằng mây nhè nhẹ, gió hiu hiu... ".
Buổi chiều "lãng mạn" đó qua rồi. Hôm nay thành quá khứ. Mai lại là hôm nay.
Không ai có Tương Lai.
Chúa nói nha, anh không nói. Chúa không bao giờ nói về Hạnh Phúc. Chúa chỉ nói cái Đau Đớn của Kiếp Người – không có gì cả từ cái gối gối đầu! Chúa không đem lại sự bình yên, Chúa cầm trong tay chìa khóa của cổng Thiên Đường. Em tin Chúa, anh tin Chúa. Mây sẽ nâng ta lên. Sương sẽ đưa ta bay... và ta tan!

\*

Nắng không ướt vì nắng không có nước. Không ai thấy mặt biển khô bao giờ. Mặt em lại là Thơ... rất dễ "ưa" khi anh nhớ.
Mắt em long lanh.
*Nắng long lanh trong hai con mắt đó.*
*Em vẫn là cô em nhỏ tóc một chiều thả gió bay bay...*
*Anh yêu em từng ngón tay anh yêu em từng ngón tay...*

## *Nắng Rực Rỡ Chiêm Bao*
## *Nắng Nghẹn Ngào Giọt Lệ*

Texas hơn trăm độ! Cali trên dưới trăm! Nước Mỹ
dâu rồi Xuân, sao hoa hồng vẫn nở?
Và em, sao anh nhớ... mỗi khi gió bay qua! Bồ câu
trên mái nhà... kia kìa đang nhặt nắng!
Từng ý thơ thầm lặng, tôi nhặt được vài câu. Cảm
ơn nhé cái đầu mình vẫn còn chữ nghĩa...
Viết vài câu như thế, mùa Hạ... mùa bâng khuâng...
nếu mình đừng ra sân, đứng trong hiên, ngó nắng...

*

Ngó hàng cây im lặng rung rinh tán lá xanh...
Ngó đứa bé rùng mình nắng trên trời đổ xuống...
Nhớ cả điều phiền muộn... người đưa thư lắc đầu!
Một ngày như Thiên Thu, thư bạn bè không có!

Hoa vàng nở trước ngõ. Hoa vàng Nguyễn Khuyến
ơi!
Ông không phải là người / giống như tôi xa xứ /
mà... tại sao ông nỡ / tuôn ra lời xót xa: "Mấy chùm
trước ngõ, hoa năm ngoái; một tiếng trên không,
ngỗng nước nào?" [*].

*Nắng rực rỡ chiêm bao! Nắng nghẹn ngào giọt lệ!*

---

[*] *Thơ đó, hai câu, của Nguyễn Khuyến.*

## *Bài Thơ Mưa Nắng*

Bên nớ nắng
Bên ni mưa...
Đất trời lạ quá... như vừa chia tay!
Nghĩa là buồn
Chẳng riêng ai
Nắng mưa kia, chỉ... bề ngoài xót xa?

Giống như...
Hồi ở sân ga
Nắng mưa là đám khói phà phà tan...
Khói theo
Đường sắt hai hàng
Mưa trong con mắt, ai chàng? Ai em?

Chiến tranh
Rồi cũng mờ lem
Gặp nhau mưa nắng buồn tênh, lạ lùng!
Em vừa hứng nắng
Hay dong?
Anh đưa tay bổng mấy dòng mưa thơ!

Ở thì em
Chỉ là mưa...
Ở anh là nắng... mình vừa thấy nhau!

*

*Trong mưa*
*Trong nắng nghẹn ngào*
*Bài thơ ngó lại câu nào không thơ?*

## *Khi Gặp Một Bài Thơ Hay*

Khi mình gặp được bài thơ Hay, không nói thì vơi hết cả ngày!
Ai đó, cho tôi tình trọn vẹn, gặp bài thơ Đẹp thật Duyên may...

*"Em ngồi hóa đá thành thơ,*
*trả anh ngày tháng anh chờ lúc yêu.*
*Em ngồi hóa đá thành chiều,*
*trả anh cái nụ hôn liều ngày xưa.*
*Em ngồi hóa đá thành mưa,*
*trả anh cái phút anh đưa qua cầu.*
*Xa nào... anh có hay đâu*
*Đá từ lúc ấy... bắt đầu hóa em!"* [*]

Bài thơ, không thể nào thêm,
đọc nghe rất nhẹ, thổi mềm như mây,
mà đành người đó, ta đây,
ngó sương lá rụng, nhìn cây, cây vàng...
nhắm hai con mắt, mơ màng
Bài Thơ thật Đẹp hình Nàng trong tranh!

*

Rồi... nguyên vẹn đấy bài thơ Đẹp.
Đã đẹp còn Hay đến lạ lùng.
Có thể Tình Yêu trong trí tưởng
Ngàn năm duy nhất vẫn Non Sông!

Cho anh quỳ xuống hôn đầu gối,
hôn cả bàn chân ngón Út nha!

---

[*] *Tác giả Thu Nguyệt, thấy trong cuốn Thơ Tình Việt Nam Hiện Đại, NXB Đồng Nai 1997.*

## *Mỗi Ngày Một Bài Thơ*
## *Cho Con Dốc Xưa*

Anh hứa với em: Ngày một bài. Thơ anh, anh làm không mượn ai. Em, anh không mượn, nhưng anh trả cho xanh biếc hoài hoa lá Bồng Lai...

Làm một bài thơ không mấy phút, em ngàn Thế Kỷ anh tương tư! Một câu đó dù cho em nhíu cái cặp chân mày đã rất thơ!

Em chỉ là hoa mới dậy hương, anh đi làm thơ, anh lạc đường... Anh cảm ơn em Duyên rất ngộ, tình là mây bay là sương vương...

Có những buổi chiều xanh khói biếc, Mạ đang vần cơm, Mạ nấu canh? Em vẫn nhảy dây hay cắt cặp... hay nhìn xa xa đường Bà Trưng?

Ở nhỉ hồi xưa em dễ ghét, học cho thi đậu Tú Tài thôi, ngày mai kệ nó em không biết mình trôi về đâu như mây trôi...

Không biết tại sao yêu lắm vậy, chân mày em chân mây xa xăm... Anh về, đã hết mười năm lính, em vẫn mùa Xuân với tuổi Xuân!

Bài thơ hôm nay, em nhìn đi – em nguyên vẹn nhé thuở Xuân Thì... Em anh hoài nhỏ cho anh nhớ con dốc Nhà Làng anh mải mê...

... có mái tóc dài ai nhánh liễu... có chân mày ai như trăng non... có má hồng ai hoa mới nở... và có đôi môi trời ơi thương!

*

*Đường Bà Trưng vẫn con đường mộng!*
*Mộng vỡ! Ai bày cuộc biển dâu?*
*Con dốc Nhà Làng, tên biển gắn,*
*Bờ tường tựa núi sạch như lau...*

### *Bay Hết Đi Hỡi Sương Mù Đà Lạt*

Tôi về Đà Lạt thăm Đà Lạt, tìm bạn, bà con, lạ hết nhà, chẳng thấy ai là thương mến cũ mà toàn ai cũng Việt Nam TA!

Ngôi nhà xưa với quanh hàng xóm, lợp ngói, xây cao năm bảy tầng. Dãy núi sau lưng chìm lim xuống, mây trời xanh ngắt gió phân vân...

Tôi nghe giọng nói, tôi nhơ nhớ cái thuở tôi ngồi trại tập trung, cán bộ giảng bài chi chẳng biết, mơ hồ nặng trịch khó cân dong!

Bốn chín năm hơn ở cõi người, bạc tiền như thể lá bay rơi, nằm đây, nằm đó không cần đếm chỉ thiết tha mong ý nghĩa đời...

Bè bạn nếu còn, trên tám chục, bà con nếu thấy, biết gì đâu! Những người già đã ra tro bụi, những bé em thơ tóc bạc đầu...

Tất cả lạ quen đều ký ức... như con gà trụi tới lông tơ! Tôi rùng mình tưởng tôi con vịt lạc cạp kêu từng tiếng ngẩn ngơ!

Tôi cúi chào, tôi xa xóm cũ. Tôi ngẩng chào anh lái xe ôm: "Cho tôi dừng ở trường Đa Nghĩa, giữa dốc Bà Trưng... nhìn chút sương!".

Anh lái xe ôm cười "dạ dạ", giọng Quảng Đà nghe nao nao nao... Tôi nói Quảng Ngãi, vùng quê Ngoại, còn chút dư âm để nghẹn ngào...

Xe ngừng, tôi xuống, nhìn thung lũng, lác đác nhà tôle vài cái thôi. Cô gái ngày xưa mười bảy tuổi, áo dài? Không phải! Vạt mây trôi!

Tôi nghe nước mắt tôi rơi rớt. Tôi chùi mù sương không phải sương! Không có một ai tôi chặn hỏi... làm như tôi lỡ một con đường...

Mù sương tan đi nha mù sương! Lòng tôi xôn xao bao trùng dương... Trải hai Thế Kỷ, đau tôi lắm! Năm mươi năm người trai bốn phương!

Tôi gọi khẽ tên từng bạn cũ, này Thầy Nghe, này Thầy Ân, này Thầy Sinh... này Nguyễn Văn Thành, này Phạm Tạo... này những thằng chung kiếp tàn binh!

Lặng câm không cả lời sông núi, chỉ thác Cam Ly nước đục ngầu! Một vệt sương còn trên lá trúc. Vài áng mây còn bay trên cao...

*Ơi bạn ơi bè trang sách mở... Những bài thơ tôi bay theo sương! Tấm lòng Đà Lạt tôi nằm đó... Ôi Cố Nhân và... ôi Cố Hương!*

## Tôi Gói Bài Thơ Bằng Giấy Kẹo
## Em Cầm Vui Nhé Lễ Ngày Mai

Mai Lễ, hôm nay ngày rất nóng. Tình hình có thể sẽ hơi căng. Khó ai ngồi, đứng nghiêm trang mãi, xoay trở phân vân chỗ xếp hàng...

Chuyện của ngày mai, mai sẽ tính. Mình ngoài tổ chức, nói mình nghe! Bàn lui, bàn tới, can chi bận? Dân chỉ tham gia, tới để về...

Có lẽ thượng cờ, có diễn văn. Có người nhàn nhã, kẻ lăng xăng... rồi thì tất cả vô khuôn, nếp; chuyện nước không bàn chuyện cá nhân...

Chuyện nước ở đây là nước Mỹ. Chuyện đời chấp nhận: chuyện trăm năm, ngàn năm... hy vọng nhiều hơn nữa: Chính Phủ Một Lòng Yêu Quý Dân!

Cờ Mỹ không treo nhiều đến... loạn. Pháo hoa cũng nở chỗ an toàn. Nếu mai trời mát, vui vui lắm, nếu nắng nhiều, nóng quá, sẽ than!

Hàng năm nước Mỹ, Lễ hơi nhiều. Nghỉ việc một ngày chẳng bao nhiêu, nhưng có một ngày không có việc, rảnh rang bàn bạc chuyện thương yêu...

Dẫn vợ, đưa con đi Sở Thú, gặp bè gặp bạn, rượu hello... Nhiều người cắm trại bên con suối, chơi với chim và ngắm nghía hoa...

Những kẻ tha hương thì tội nghiệp: Lễ người làm nhớ Lễ Quê Hương: Việt Nam mở cửa thi đua nhậu, xe chạy... có nhiều xe cứu thương!

*

Hôm nay trời nóng, mai bơn bớt. Tháng Bảy tưng bừng không phải Xuân. Yên ổn và vui, Trời Đất dãi, cảnh đời hoan lạc Bắc như Nam!

Đời là sa mạc nhưng không thiếu những ốc đảo hồng hoa, lá xanh... Paul tặng Virgin cành mắc cỡ. Eva hôn hôn môi Adam...

*Tôi gói bài thơ bằng giấy kẹo, em cầm vui nhé, Lễ ngày mai...*

### *Hôm Nay Trời Thật Đẹp*

Hôm nay trời thật đẹp! Chưa bao giờ đẹp hơn!
Một ngày thật dễ thương... giống như em yêu quý!

Đôi chim xanh thủ thỉ, chúng nói gì, em nghe?
Nhìn kìa những trái me... em chắc còn nhớ Huế?

Nói đi em, dù khẽ, anh đang lắng tai chờ... một
Huế đẹp như mơ, một ngày xưa thân ái...

Thời gian đang trở lại... nhưng hôm nay đẹp hơn!
Em áo lụa gió vờn, em Quê Hương ngào ngạt...

Em, cái mặt hờn mát, giả đò thôi, biết mà! Có bao
giờ nụ hoa không làm duyên nũng nịu?

Này, đưa tay ra níu, tay anh, và mình bay... Mình sẽ
lên trên mây, mình sẽ về Đâu Suất...

Mình sẽ về nước Phật, dạo phường phố Bồng
Lai, anh nhìn em khoan thai đuổi theo con bướm
trắng...

Và anh đi hốt nắng cho em sưởi bàn chân... và rồi
em bâng khuâng: Tình Yêu Ôi Là Vậy?

\*

Đà Lạt mình thuở ấy... bây giờ là chiêm bao! Em sang sông hồi nào, trời nhiều năm u ám...

Anh một lòng tấm cám yêu em và mơ màng... có một ngày đò ngang sẽ quay về bến cũ...

Rồi em khoe áo đỏ, mình dạo vườn Bích Câu! Anh hốt nắng xỏ xâu vòng cho em viền ngọc...

Một ngàn đêm thao thức, một ngày chờ bình minh. Con sông hai bờ xanh, hai đứa mình đếm bước...

*... rồi mình về sân trước ngó cây đào đơm bông... nhìn con ngựa thong dong đi trên đèo Ngoạn Mục... Ở đâu cũng Tổ Quốc khi người biết yêu người!*

## Trước Thềm Mùa Thu Đất Khách

Lá đã vàng ươm nắng đã hườm,
mùa Thu ơi dã muốn thương thương
chìa di dôi má cho tôi với
xa lắm cũng gần lắm nụ hôn!

Chẳng ở Đoài, Đông, Thu trước mặt
mặt đèn chong mãi những đêm mong
cơn mưa rất nhẹ qua thềm mộng
tưởng tượng đò về lại bến sông!

Hễ nói đến sông là nhớ núi
nhắc con đò ngược nhớ cây đa
nhớ thêm cái quán thường thưa khách
người ghé người đi giống cái nhà...

Là thân thuộc nhé, là yêu mến
là cuộc đời ơi gắn, bó, lìa
là muốn rưng rưng rồi đó vậy
nỡ nào tuổi mộng cũng đem chia?

Bóng ngựa bay kia cùng bóng lá,
bóng hoàng hôn bóng áo trăng bay
đôi khi mình bỗng thành thi sĩ
tưởng tượng thanh bình tay nắm tay...

Khí lá vàng mơ rồi nắng hườm
em mười bảy tuổi tóc thơm hương...
chao ôi Ngoại với vườn cau cũ
hai Thế Kỷ mờ trăng cuối thôn!

Em mất! Anh đi rồi cũng mất!
Ngoại còn nước mắt những chiều mưa...
ngựa hồng ngựa tía băng ngang cửa
nước mắt Ngoại nhòe áo lính xưa...

*Nước mắt Ngoại nhòa... Em chắc khóc?*
*Anh mềm bóp nát trái tim đau!*
*Gọi Quê Hương chẳng ai nghe nữa*
*Mưa bóng mây mờ cả bóng cây...*

### Mai Mốt Mùa Đông Lạnh Lẽo Về

Hàng xóm nhà tôi đi tránh nắng,
lá vàng không thấy gió bay sang
buổi mai mùa Hạ còn trên ngói
còn vẫn bồ câu đậu cả đàn...

Cái cảnh thanh bình đôi nét phác
yên lòng êm ả thấy hay hay...
hình như đời chỉ mong như thế
ai khiến màu thay đổi sắc cây?

Ở nhỉ tại sao hoa tím, đỏ,
vàng, lam hay cá biếc, nhung, hồng
người ta cứ bảo hoa là đẹp
mà lá thay màu... bảo sắp Đông?

Tôi nhớ những người bên bức tường
nhớ chiều tím nhạt sắp hoàng hôn
mấy hôm nay chỉ là im lặng
chút nắng còn kia... bỗng thấy buồn!

*

*Mai mốt mùa Đông lạnh lẽo về*
*nhìn qua hàng xóm tuyết lê thê...*
*thơ tôi lúc đó ra sao nhỉ?*
*vẫn vướng tình ai, nhé, tóc thề!*

*Ảnh: Nguyen Minh Tuu @ Shutterstock*

### *Chẳng Ai Đi Ngang Áo Trắng Bây Giờ*

Nắng tháng Tám...
nhìn đi mà ứa lệ! Nắng năm nào, chắc cũng giống như nhau? Đâu thấy ai không than thở đâu nào! Nắng cháy đỏ cái hàng rào bông giấy!

Tôi buồn buồn... đem nồi gạo ra sân, chờ đấy. Hai tiếng đồng hồ sau: Nồi Gạo thành Nồi Cơm! Nắng dễ thương: giúp cho tôi lười biếng. Cơm ăn không ngon, thật tình không ngon miệng. Nắng reo cười. Bông giấy bay bay...

*

Bạn của tôi ơi, tháng Tám từng ngày, nắng quá đỗi, bài thơ tôi quá tệ! Đọc báo thấy trời đang mưa ở Huế. Ở Sài Gòn, ở Hà Nội... đều mưa.

Tôi chờ Quê Hương, không một lá thư. Tôi chờ ở Mỹ, thư bạn bè không có! Một kiếp người, cuối cùng: con ngõ còn-hoa-vàng-cho-nắng-trút-tâm-tư?

Chẳng ai đi ngang, áo trắng bây giờ... tôi ngó nắng, nhớ quá thời xưa nắng, thời xưa mưa, sân trường đầy hoa trắng! Áo học trò bay, áo cô giáo cũng bay...

*Cảm ơn tôi! Còn nhớ được chút này!*
*Cảm ơn Em! Không ngày nào anh không nhớ...*

### *Sau Bốn Ngày Cho Thơ Nằm Bệnh*

Bây giờ gì cũng thưa... nhất là trưa, quá nắng!
Đường đã vắng thêm vắng. Mây vài đám, lưa thưa...

Bây giờ, đã dủ chưa ước mơ thời vong quốc? Lề
đường, hàng cây dọc, chim chóc không bay về...

Nghĩa là chim bay đi, đâu, từ hồi sáng sớm? Mùa
Hè Mỹ rất muộn ngày đầu Thu chừng nào?

Ba tháng, cầm khăn lau mồ hôi rịn trên trán. Ba
tháng nắng là nắng từ bình minh tới khuya!

Em à, anh nói chi... em nghe đừng có khóc! Ai
cũng chung Tổ Quốc, mỗi người một cù lao!

*

50 năm, Trời cao hình như cao thêm mãi? Người
xa người cũng phải vì bao nhiêu biển dâu!

Không có ai qua cầu thương nhau để cởi áo. Không
còn ai nói láo, lời thật lòng cũng không...

Trăng đầu tháng cong cong, trăng cuối tháng cũng thế. Chỉ đêm Rằm không trễ, tháng nào cũng tròn vo!

Bạn trách tôi vắng thơ, bài thơ này như vậy. Mỗi ngày tôi mong thấy, bạn đâu? Đường vắng hoe!

Tôi nhớ bạn, nhớ ghê: thuở mình chưa tóc bạc! Mà bạn ơi... bài hát Tình Xa... đã dành xa!

Tôi thèm thả cánh hoa để nhìn theo con suối... nó trôi về chỗ cuối: cánh cửa lòng con sông.

*Mẹ già không còn trông "con trở về thăm Mẹ". Thằng con, lính tàn phế... như thể... dòng suối Thơ!*

## Đêm Thất Tịch Năm Nay Không Có Mưa

Đêm Thất Tịch năm nay không có mưa rấm rứt.
Ngưu Lang và ả Chức không khóc nên không mưa?

Hay câu chuyện ngày xưa thời này hết tái diễn?
Uổng công lao cầu nguyện Mỗi-Năm-Gặp-Một-Lần.

Mỗi người nửa con trăng... anh chị ngồi cắm cắn.
Sông Ngân Hà bạc trắng giữa hai bờ nước trôi!

Vầng trăng để trên môi. Nước mắt để trong mắt.
Bếp khuya trần gian tắt. Cờ lấp ló ngôi sao...

Bầy quạ trốn ở đâu? Chúng đã lao xuống nước?
Sập chăng cầu Ô Thước? Gãy chăng khúc Đoạn Trường?

Uổng chín nhớ mười thương!
Uổng Đông Đoài mong ngóng!
Hỡi sông Ngân gợn sóng, hát đi bản Tình Ca!

*

Xưa sau vẫn Sơn Hà mà bậu ta cát bụi! Đừng hỏi sao nông nổi bởi đó là câu thơ...

Mà Thơ là giấc mơ như cơn mưa-không-nước chúng ta không nghe được tiếng buồn đang đi qua...

## *Dốc Nhà Làng Em Còn Nhớ Nó Không*

Đi xuống núi!
Đà Lạt buồn. Chắc vậy! Biết làm sao?
Có ai chia tay mà nước mắt không trào?
Có ai nhớ mà nhìn đâu không nhớ...

Một người lên xe, một người tản bộ,
Ai cũng là mỗi một áng mây trôi!
Chỉ có những cây thông chiếm lĩnh núi đồi.
Buồn chớ nhỉ những ngọn núi mồ côi không nói!

Thấy ở cột Chùa tên ai viết vội,
Nét huyền mơ trôi nổi với thời gian...
Mười hai giờ trưa, tôi nói chuyện với nàng:
"Anh Đà Lạt mà không còn Đà Lạt".

Em nghe anh nha: âm thanh của thác!
Thác Prenn, học trò anh viết Thác Bà Rên...
Năm mươi năm rồi anh tưởng mình quên!
Em dễ ghét! Ai biểu em dễ ghét?

*Không lẽ cuộc chia tay nào cũng là ly biệt?*
*Có một thời, người ta thảm thiết muôn năm!*
*Mười hai giờ trưa nhớ quá Nguyệt đêm Rằm*
*Hương tóc rối thoảng về ngang con dốc!*

## *Một Lớp Học Đầy Thơ*
### *Những Khuôn Mặt Đầy Nhớ*

Sáng nay ngộ thật nha! Mùa Thu rồi, em ạ... Không sương mù mà lá ai giát bạc long lanh. Không có nắng mà xanh xanh xanh từng ngọn cỏ...

Em vẫn là em nhỏ đi xuống Dốc Nhà Làng. Anh nhìn theo lang thang tóc em vàng thương lắm...

Hình như anh nhớ nắng trên bờ vai em đầy những ngọn gió không bay vì tóc cài cái kẹp...

Chân em mang đôi dép kiểu nào cũng thấy xinh...

*

Những câu thơ tự nhiên lâu lắm rồi trở lại... trên môi em hơi tái vì lạnh mà. Dễ thương.

Đà Lạt mình mùa Hương chớ không Thu em nhỉ? Em dường kim mũi chỉ vẽ vời lụa Blao...

Anh thấy em không màu. Anh thấy em không sắc.
Anh thương em đôi mắt thì thào thông vi vu...

Ôi bài thơ mùa Thu, nét "đặc thù" có phải? Người
ta đang nói đấy về một nước Việt Nam!

Anh từ xa Quê Hương lạc đường hoài tình sử. Chỉ
một em hoài nhỏ cho anh thời thanh xuân!

Thu về thơ rưng rưng, nhớ em, nâng từng chữ...
Phấn bay khung bảng cũ, em à vẫn ngày xưa...

*Một lớp học đầy thơ. Những khuôn mặt đầy nhớ...
bây giờ Thu nhắc nhở Đà Lạt... mình, bâng khuâng!*

### *Bài Thơ Này Tôi Nhắc Tới Yên Thao*

Có lẽ cũng đã mười hôm rồi nhỉ?
Mình không thơ. Mình chẳng có bài thơ!
Cũng tại Trời! Ai biểu chớ không mưa?
Nắng ba tháng chưa cháy hết rừng, thật uổng!

Tôi nói lảng? Tôi nói mê? Tôi không biết ngượng
với em sao? – Người yêu quý ngọt ngào.
Em dễ thương ghê! Đôi má hồng đào
trăng tháng Chạp có một vòng ngũ sắc!

Ôi câu thơ này – câu thơ đẹp nhất
Rồi cả bài thơ, em có thật của anh...
Của một thời tóc xanh...
Long lanh long lanh hai con mắt!

Anh tưởng tượng em: Một Người Không Biết Mặt,
không biết tên – chỉ biết em-tuyệt-vời
Em chưa bao giờ đi có một đôi
em trinh nữ, nụ hoa cười chúm chím!

Ít có họa sĩ nào ưa dùng màu tím,
chỉ có một nhà thơ thấy tím gọi Trời Ơi!
"Tim tím khung cầu tim tím núi
Trời ơi! Nhiều tím quá em ơi!"

*

Nhà thơ Yên Thao nghe nói chết bên đồi
hoa lau nở khi người thơ hết thở,
hoa lau nở cho muôn đời muôn thuở,
gió rì rào thì thào nao nao nao nao...

*Bài thơ này, anh nhắc tới Yên Thao,*
*anh nhớ em, cái thuở nào em-áo-tím*
*dốc Bà Trưng em thành kỷ niệm:*
*Đà Lạt của anh... suối tóc em dài...*

### Trở Trời Trời Trở Hôm Nay

Trở trời? Trời trở hôm nay?
Tôi mở cửa sáng, gió bay vào nhà...
Ối chà! Lạnh khác hôm qua,
Mùa Thu đã tới, thật à? Dễ thương...

Phải người... Tôi ghé môi hôn!
Phải hoa... Tôi chắc bồn chồn, nao nao...
Ba tháng không mưa! Lẽ nào?
Mùa Thu mong đợi, xin chào mùa Thu!

Tôi cần thơ Lục Bát ư?
Diễn Nôm chơi vậy, ai cười... đi thôi!
Sáng nay, quả thật bồi hồi:
Áo tôi hở ngực, Thu ngồi trên vai...

Ngó ra sân, thấy: một, vài,
ba chiếc lá rụng màu phai Xuân hồng!
Một vuông vườn chẳng mênh mông
sao tôi bỗng thấy biển sông hiện hình?

Quê Hương ơi! Quê Hương mình!
Mùa Thu thật nhé, cái tình Thiên Thu!
Gió nhẹ mà sao vi vu...
Tôi nhẹ chân bước về từ chiêm bao?

*

*Sáng nay, tôi mở cửa, chào*
*Mùa Thu Mới, tôi nghẹn ngào... khi không!*
*Phải chi thấy má em hồng,*
*Phải chi thấy áo em bồng bềnh bay...*

## *Tóc Gió*

Chưa bao giờ như trưa đó gặp em:
Gió nhiều quá! Tóc em hình ảnh gió!
Đường gân xanh trên tay em thật rõ
Nỗi nhọc nhằn không ngọn gió nào bay...

Anh hẹn em có hơi muộn trong ngày
Em bỏ việc và hai tay bưng tóc...
Thường gặp nhau thì người ta hạnh phúc
Anh với em thì chẳng gặp nhau luôn

Tưởng là vui nhưng trưa đó em buồn
Em sợ anh không thương-em-nhiều lắm!
Gió chỉ làm trái tim anh thêm cảm
Thêm vì em mà ghét gió, thương em!

Anh dìu em đi suốt một hàng hiên
Anh dìu em đi suốt con đường gió...
Và buổi trưa, buổi trưa bữa đó
Gió lộng hành một chút thử lòng anh.

Cảm ơn Trời! Cảm ơn tóc em xanh
Hình ảnh gió nên hình bài thơ mới...
Gió có thể làm cho em chới với
Gió cũng làm mình tới với nhau nhanh...

*Cảm ơn Trời! Cảm ơn em tóc xanh*
*Anh vuốt nhé! Vuốt cái hình thương nhớ!*

Gió có thể làm rơi hoa trên cỏ
Gió không thể làm em xa khỏi đời anh!

## *Ngủ Tiếp Đi Em*
## *Em Còn Nhiều Những Giấc Mơ*

Trời đã mát. Ba ngày rồi. Thu mới. Lá chỉ vàng mới chút chút mà thôi. Sân vẫn đỏ, chưa có lá vàng rơi... nhưng có lẽ mặt trời rồi sẽ nguội!

Nhưng có lẽ anh sẽ nghe em nói: "để cho em ngủ thêm chút nha anh". Anh muốn hôn em nhưng cúi xuống không đành, nếu mình cũng ngủ tiếp thì ngày Thu sẽ muộn...

Những con chim đã không hề ngủ nướn(*), chúng dậy rồi, chúng đang hót, vui vui. Rải cho chúng gạo ăn, có lẽ chúng cười, chúng sung sướng có người thương yêu chúng?

Tôi chạnh nghĩ nếu kéo dài dời sống bằng Tình Yêu, người ta sống bao lâu? Sống hết hôm nay, mai, mốt bạc đầu... rồi đọc lại những bài thơ rất cũ?

Bạn biết không – nhà thơ Hàn Mạc Tử, hai mươi sáu tuổi Xuân, nhắm mắt lại, Thiên Thu... chàng không còn thơ cho những sáng sương mù, lời cầu nguyện Mẹ Maria chỉ là cây Thánh Giá!

Cầu nguyện cho Quê Hương biết bao cái lạ thấy ở màu cờ thay đổi hết xa xưa... thấy ở công viên ghế trống chẳng ai chờ, thấy ở bờ sông sóng chồm lên con mắt!

Tôi vòng tay, nghe như mình chóng mặt. Tôi không nghĩ là quê nhà xa tắp, giữa ngôi nhà có bàn thờ Phật, giữa lòng người ai cũng dạ từ bi...

Tôi vòng tay sao bàn chân tôi đã đi? Những nhánh liễu rù rì ngàn ngàn năm thê thảm! Người ta nói gì? Xóa bầu trời u ám, gắn lên bầu trời một đóa hướng dương xanh...

Tôi nói với người yêu tôi không bạc tình. Hãy nói lại đi anh: "Em là Quê Hương Yêu Dấu"! Anh là mưa bóng mây có một hôm hiền hậu rớt xuống lòng em nắng ấm mùa Xuân...

Nắng và mưa... Thơ chỉ muốn níu vần, lát nữa em sẽ níu tay anh mình đi vào cõi mộng! Vào cõi đời người ta bày cuộc sống, báo chí bày ra không thấy một bài thơ!

*Ngủ tiếp đi em... em còn nhiều giấc mơ!*

---

(*) *Thơ Hàn Mạc Tử:*
   *"Nằm gắng cũng không thành mộng được,*
   *Ngâm tràn cho đỡ chút buồn thôi!".*
*Gắng là Nán, là Nướn... sao người ta viết Ngủ Nướng?*

## *Hình Như Gió Bay Phấn*
## *Nụ Hoa Nào Long Lanh*

Anh gửi cho em thư, sao em không hồi đáp? Hay thư anh đi lạc? Mà nhỉ... lạc ở đâu?

Không lẽ áo qua cầu, bay qua đầu, bay mất! Không lẽ như lời Phật, Có tức thị là Không! Thư anh... viết mông lung như chẳng từng câu nói. Thư anh chỉ thăm hỏi em thế nào, đơn sơ. Thư anh... như bài thơ để bên em buổi sáng cũng như chiều lãng mạn mình ngồi trên bờ ao... thấy có con cá tràu nó trào lên đớp nắng. Thấy mây qua để bóng... cái bóng ngày hoàng hôn! Em nhớ không, hoảng hồn nụ hôn anh bữa nọ? Em nhớ không, có nhớ... chiều lạnh và em... run!

Thư anh gửi mấy hôm dám nhiều hơn, Thế Kỷ. Chắc không phải tờ giấy xếp để trong phong bì. Mà nó là gì? Hơi thở anh? Tan hết? Coi như là anh chết trong lòng em. Vườn cau Ngoại lem lem những vì sao mọc sớm. Lúc đó miệng em chớm cái nụ tình vườn mơ...

Anh kể em: Ngày xưa có vườn hoa rất đẹp, có cô Tiên mang dép, hoa nở hồng gót chân... Hồi xưa, anh bâng khuâng nghĩ vườn hoa có chủ, rồi anh đi biệt xứ, Huế ơi là nhớ thương...

Bây giờ là hoàng hôn! Chữ Nguyễn Du, đấy nhé!
Cái vườn hoa, hoa lệ... Cái cổng vườn, phong linh!
Em ơi, anh giật mình: Thư anh, em chưa nhận?

*Hình như gió bay phấn Nụ-Hoa-Nào-Long-Lanh?*

### *Đi Tìm Một Định Nghĩa*

Tôi đi trên cánh đồng tìm cành hoa đẹp nhất! Và nửa chừng đã gặp Hoa là M. Giai Nhân!

Giai Nhân tự cổ như Danh Tướng! Tôi bạc dầu chưa? Em làm thinh! Hoa đâu biết nói nhưng hoa nở cho mặt trời xanh hết núi xanh!

Em là Danh Tướng? Em, không phải? Em là M mà. Duy nhất Em! Chỉ một cánh đồng, đi chửa hết! Một bờ ruộng thôi... Anh bước lên!

Em ngả vào tay! Em quá nhẹ sao cầm không nổi, phải quỳ hôn! Ôi em bữa nọ mùa Xuân mới, rừng, núi, biển, trời... một Mến Thương!

Từ mến, từ thương, rồi... quyến luyến... rồi không, không thể nói mình yêu! Em thơm như cái lư trầm ngát, như một bình minh ấm tới chiều...

Tôi không thể nói mình đi lạc, tôi đi tìm em! Tôi đi tìm. Và tôi đã gặp. Tôi đang nói: Em là Tuyệt Vời! Em rất Riêng!

Anh cảm ơn em. Hôn ngón út em từ bàn chân đến bàn tay. Hôn em một chéo vuông khăn lụa mà tưởng như là nâng trái tim!

*Anh nâng niu em như quả trứng. Anh hứng em làn hương của hoa. Em không nằm ở văn vô tự mà giữa lòng anh! Em Bao La!*

## Nhớ Những Nẻo Đường Quanh Queo Núi Nhớ Đà Lạt Lắm Nắng Trong Veo

Đã chín giờ hơn, không có nắng. Mùa Thu ngấp nghé chẳng mùa Thu... Ngoài đường vẫn thấy bầy chim quạ, đậu xuống, bay liền... Gió tiễn đưa...

Gió chẳng heo may, không phải gió! Hoa vàng mấy nụ. Vẫn còn hoa. Mặt trời ra khỏi mây và hiện, ngày vẫn như là mới bữa qua!

Nắng đã chói chang! Ngày đã nóng! Hạ hồng, Thu biếc. Bé thơ ơi. Thơ Huyền Kiêu, nhớ, ai không biết, nửa Thế Kỷ rồi... Nhớ thế thôi!(*)

Tôi cứ nghĩ mình không có tuổi dẫu từng chớp mắt biết thời gian! Dẫu từng tay xé thêm tờ lịch, đếm tiếng lòng rơi qua tiếng chuông...

Xe bus vàng chưa chạy bữa nay. Học trò đi học Thứ Năm này... Hàng năm bàng bạc mây trên phố, xe bus vàng trôi giữa đám mây...

Khi Mẹ và con lìa chéo áo... Tôi lìa Đất Nước cũng hao hao... Lòng tôi thơ dại, không ai thấy, tôi thấy tôi trong nỗi nghẹn ngào!

Thầy tạ các em. Tình rất cũ.
Thầy xa các em... Đời Thiên Thu!

*

*Bài thơ tôi để thơ thơ thẩn... Thơ thẩn thờ đi. Tôi thẩn thờ. Nhớ những nẻo đường quanh queo núi. Nhớ Đà Lạt lắm, nắng trong veo...*

---

(*) *Thơ Huyền Kiêu:*
  *Thu biếc có chàng tới hỏi em thơ chị đẹp em đâu?*

### *Gặm Khúc Bánh Mì Nghĩ Ngợi Lung Tung*

Buổi sáng ngồi nhai khúc bánh mì, buồn cười mình sống để làm chi? Làm chi? Không biết! Mà tôi sống mấy mươi năm rồi...

Nhai khúc bánh mì vẽ khúc thơ... hình như tôi giống một anh khùng? Hỏi chơi cho có khi buồn hỏi, chỉ hỏi mình thôi, mặc thế nhân!

Buồn ngủ... Buồn tình... Buồn lang thang... Hay ghê cái cách nói Việt Nam: Buồn là muốn lắm, khi mình muốn không có ai buồn cản với ngăn!

*

Ăn không hết bánh, tôi cho chim – những con chim trời sống rất riêng, sáng nào chúng cũng bay, tìm nắng? Không có tìm mưa? Tôi nghĩ thêm!

Tôi nghĩ lung tung... như Pascal hôm qua tôi đọc một lời than: "Con người yếu ớt như cây sậy có chút chữ dùng để viết văn!" (*).

Tôi không viết văn, tôi làm thơ... Tôi nhớ miên man. Nhớ học trò: Những bài văn, học chia từng đoạn... ghép lại chưa tròn, đã hết năm!

Tôi từng làm thơ trên chiến trường khi tôi vuốt mặt Lính tôi thương... nó không còn nữa khi chinh chiến chưa bắt người nào súng-phải-buông...

Cái thuở hồn nhiên sinh với tử kề bên nhau nằm chung poncho chỉ khơi khơi núi: Quê Hương, đấy, ... những nấm mồ trên sóng, nhấp nhô!

Tôi kiếm vài đồng mua thẻ nhang. Nhiều khi tôi muốn ngó nhang tàn... Nhiều khi, thật nhé, là không có... chỉ gặm bánh mì như gặm xương!

*Chưa thấy Quê Hương ngày đứng dậy.*
*Tôi còn đứng dậy mỗi ngày tôi...*

---

(*) Con người rất yếu ớt, nó chỉ là cây lau sậy. Nhưng cây lau sậy có Tư Tưởng... (Pascal)

## Bốn Chín Năm Dài Thế
## Chưa Đứt Hơi Thở Dài

Mười giờ sáng chưa nắng. Hôm nay không mặt trời? Có thể mưa sắp rơi vào buổi trưa này lắm?

Mở email, không bạn... bèn tìm đọc lung tung. Việt Nam bão Yagi ngừng, nhiều núi đổ để đống...

Bấm tấm hình, tôi phóng nhìn cho rõ một người. Người con gái đứng cười, khúc bánh mì cắn dở...

Tôi thích cô gái đó vì cô rất hồn nhiên. Nụ cười cô rất duyên, cả người bùn bám chặt!

Đọc bài, biết sự thật: Cô là Cô Giáo Rừng, cô làm nhiệm vụ chung: Giúp Đồng Bào Trong Lũ...

Cô giống đóa hoa nở trong lòng tôi... Dễ thương!

*

Mười ngày, tôi rất buồn: Ngã bệnh, không thơ thần. Hôm nay không có nắng... thấy buồn, trời sắp mưa!

Tôi sẽ có bài thơ nhảm như người nói sảng? Bạn bè tôi sẽ chán, hết chơi tôi từ nay...

Tôi đưa hai bàn tay hứng gió và vuốt mặt. Nghĩ bà con đang lạc trong rừng... giống tôi xưa!

*Người Lính cũ mắt mờ. Lẽ nào tôi ứa lệ? Bốn chín năm dài thế... chưa đứt hơi thở dài!*

## *Happyyyyyyy Tết Trung Thu*

Chưa Rằm Trung Thu mà đã Tết!
Chợ nào cũng bán bánh Trung Thu!
Chợ Tàu, chợ Việt... hàng năm Tết,
Chợ Mỹ, Trung Thu cũng... nụ cười!

Người Mỹ ngạc nhiên: "Sao Tết nhỏ
mà toàn người già mua bánh thôi?"
Mình không đáp được, cười vui vậy!
Mình cũng mua mà! Mua... để chơi!

Dạo một vòng quanh vài chợ Tết
Lòng nghe non dại... bỗng bây giờ!
Trăng không hiển hiện nơi quang đãng
Vẫn sáng trong lòng những ý Thơ!

Hộp bánh đem về, vui cả nhà...
Cháu con đứng ngắm cái hình hoa,
hình trăng, hình thỏ, hình chim lượn
Không mắt đứa nào không ngó qua...

Hộp bánh, bàn thờ, nơi cúng kiếng...
Ông Bà, Cha Mẹ cõi âm ơi...
Làn hương, làn khói, lòng thương nhớ,
Ấm nhé coi như có mặt trời!

Nói Tết là vui! Năm mấy Tết,
Nếu nhiều hơn nữa: Hội Nhân Gian!
Hòa Bình, vui chớ? Ai không muốn?
Đồng nghĩa Hòa Bình là Hân Hoan!

Tôi vào bàn gõ vài con chữ,
đã thấy bài thơ Ngày Trung Thu!
Tôi thương tôi lắm đời xa xứ
Buồn chút: Quê Hương – cõi mịt mù!

## *Tiếng Gió*

Không ai đây cả, sao như có / tiếng chuyện trò nghe ở bụi cây? Trăng hạ huyền rồi không sáng mấy. Đường khuya chỉ có gió bay bay...

Gió bay... không phải bay làn tóc. Ờ đúng phải rồi! Tiếng suối reo! Có thể là mưa trên chóp núi? Có thể là mây... mây trôi trôi?

Tiếng thì thào khi nhỏ khi to... Tiếng thì thào tí tách như mưa... Không thấy có ai ngồi chải tóc / mà nghe như đàn bật phím tơ!

Dám tôi buồn tình đi theo mây? Dám tôi buồn tình đi trong cây? Mà... cũng dám tôi ngồi bất động, tay choàng chưa chạm đến vai ai?

\*

Tôi nhớ bỗng dưng mùa gió Bắc, rì rào nghe ở giậu mồng tơi... nghe chừng tiếng guốc bên hàng xóm / ai nhớ đường đi không nhớ tôi?

Đất khách, đôi khi buồn đến vậy... Nhìn trăng tôi thấy trăng lung lay. Nhìn hoa tôi thấy hoa không nở. Nhìn gió... nghe gì ở bụi cây?

Gió ạ, gió ngừng đi tiếng gió... tiếng thời gian gió vang vang vang... cho cây bờ bụi đừng lên tiếng, cho gió Bắc đừng nữa thở than!

*Tôi nhớ bỗng dưng mùa gió Bắc. Gió từ phương Bắc, gió lênh đênh. Ai bên hàng xóm đi đâu mất, tôi gã tàn binh đứng lặng thinh...*

### Cánh Phong Lan Gió Bay Đường Gió Bay

Người đi để lại lời chào
ra phi trường ngó trời cao ta buồn!

Người đi như mây như sương,
cái gì ta có chỉ dường hương hoa...

Máy bay người cuối trời xa,
xe ta nổ máy đợi mà ai lên?

Gọi người ta gọi là em
gọi ta quên mất tuổi tên của mình!

Vào Chùa mở một trang Kinh
thấy câu vô tự vô thanh vô thường...

*Khi không mà nhớ mà thương*
*cánh phong lan gió bay đường gió bay!*

## *Một Lần Tỏ Tình Vụng Dại Người Ta Đi Mất Đâu Rồi*

Một lần tỏ tình vụng dại, ai chìa má trái vậy ta? Một lần đứng trước khóm hoa thấy hoa nở. Và, cúi xuống!

Chiều nay, mặt trời lặn muộn thấy bầy chim sẻ bay về cứ tưởng mình còn ở quê... bụi tre gió rì rào thổi!

Một ngày tôi ngồi bên suối chờ hoài không thấy Tây Thi có lẽ nàng đã bỏ đi khi mà tôi chưa nói hết?

Cái câu gì đó, không biết... bây giờ nhớ lại, nói nha... Ôi trời, trời đất bao la... trăng ngà... nửa ai giấu mất?

Tôi vào Chùa hỏi Phật... chỉ thấy trầm hương ngán nghê. Nhớ Hàn Mạc Tử không dè có hai câu thơ thật thảm:

"Trầm ngán nghê bay trong lãnh cung
Hương thơm bối rối ngọt vô cùng!"

Phải chi má em dừng hồng bữa chiều tỏ tình vụng dại? Hôm nay ngày mai mãi mãi ngày nào cũng Valentine...

*

Người đó là ai vậy ai? Đường Westminster nối dài phố xá... những tên đường nghe quá lạ hình như tên Mễ Tây Cơ?

Ở thôi người đó là Thơ mỗi ngày tôi ngồi cắn chữ giận ai cắn trăng hai nửa... "Vầng trăng ai xẻ làm đôi? Nửa in gối chiếc... nửa soi dặm trường!".

*Giận mà cứ nghĩ mình thương!*
*Hỡi ơi lòng thương biết mấy!*
*Con suối vì sao cứ chảy về đâu người ơi đại dương...*

### *Nắng Hoàng Hôn*
### *Còn Sót Mấy Câu Thơ*

Sương không nhiều...
sáng không bình minh, buồn chút chút, bao nhiêu?

Trưa nắng lên. Ngày xuống về chiều.
Lòng như thể mặt hồ không sóng. Ngày qua ngày,
ngày tiếp tiếp theo...

*

Buồn hay vui, nghĩa gì, xa xứ,
Chỉ mong nhà, mong nước bình yên.
Không tiếng súng là không gì nữa,
Không ai về. Chuyện đó tự nhiên!

Ba mươi lăm năm, tôi đời viễn xứ,
Ngó lên trời: Mây trắng cứ trôi!
Người thêm tuổi. Ít nhiều đau đớn.
Ai hôm nay không có lúc ngậm cười...

Cầm giữ áo phong sương trận mạc.
Nguệch ngoạc vẽ phấn trên bảng xanh.
Hát nghêu ngao vài đoạn quân hành.
Cúi xuống hôn bàn tay còn gân...

Rồi tất cả sẽ là quá khứ
Có thể chiều nay, mai, mốt, không chừng...
Nhang không cắm được trên mồ cha mẹ
Thì tạ từ thôi vậy cõi người dưng!

Các em học trò như mây tứ xứ
Thầy đã già, các em bạch vân!
Hoàng hạc bay Trường Sơn đã khuất
Sóng Cửu Long nhánh lúa lăn tăn...

Mưa có dọng giọt nào trên mắt
thì lau đi cho sáng hoàng hôn!
Ai đã đến mừng nhau ba bữa Tết,
giữ cho còn cái thuở yêu thương!

*Chim về tổ, buổi chiều không hót*
*Nắng hoàng hôn còn sót mấy câu thơ...*

### *Thương Hoài Ngàn Năm*

Anh dẫn em vào nghĩa trang
nhìn đi... những thảm cỏ vàng như nhung!
Những tấm bia không dính bùn,
người ta làm sạch cho hồng bình minh...

Em ơi đừng có giật mình,
một mai mình chết... không mênh mông này.
Mình chỉ là có là cây,
người ta nhúm lửa tro bay về trời...

Chúng mình lúc đó muôn nơi,
có khi lúc đó nụ cười của ai...
Cõi đời luôn đổi luôn thay
chỉ Non Nước vẫn từng ngày muôn năm!

Đừng mơ em nhé chỗ nằm,
mà hôm nay thấy trăng Rằm thì vui...
Anh yêu em, hứa trọn đời:
Hôn Em Ngón Út Chân Người Mình Yêu!

*

*Có một hôm. Có một chiều.*
*có hai người nắm tay vào nghĩa trang...*
*Tóc mai xanh biếc rồi vàng,*
*câu ca dao nhớ, mắt nàng rưng rưng...* (*)

---

(*) Ca dao: *Tóc mai sợi vắn sợi dài, Lấy nhau chẳng đặng, thương hoài ngàn năm!*

*Ảnh: Pun Kuanun @ Shutterstock*

### *Mùa Thu Tới Muộn Lá Chưa Rơi*

Ngày như chưa sáng, nắng âm u, em nhỉ thế là đã tới Thu? Thu muộn, mươi hôm chưa rét mấy nhưng chim thành phố đã đi đâu?

Không nghe chim hót. Cây không động. Lá vẫn chưa rơi đến nỗi buồn. Dù biết cái buồn không có cớ, lẽ nào cứ nói: Nhớ Quê Hương?

Ở quê mình chỉ Mưa và Nắng. Đây bão bùng lên, xuống, dọc, ngang... Người nước người ta không để ý, lòng người ta vẫn nở muôn hoa...

Những cô gái Mỹ đi làm sớm, xe chạy đường xa, đèn đường soi... Mai mốt đổi giờ vui chút chút, đời luôn trau chuốt phấn son tô...

Nửa vòng trái đất, câu thơ ngộ... Tây với Đông mù khơi đại dương. Sống, chết, thản nhiên không oán hận, nhẹ nhàng man mác tựa mù sương... .

Năm mươi năm dù tròn con mắt, đã nhẹ bờ vai gánh phận người. Nghe tiếng chuông ngân chiều với sớm... đang nhìn: Thu tới lá chưa rơi...

\*

Thật ra cũng có rơi rồi đó. Mỏng mảnh dường sương, bụi dịu dàng... Thấp thoáng áo vàng, xanh, tím, đỏ. Buồn buồn: mình đã hết hiên ngang!

*Năm mươi năm với nhiều năm tuổi... Màu đất quê nhà xám chắc thơm? Ao ước sống về trong tỉnh táo, cắm mồ Tiên Tổ một cây nhang...*

### *Bài Thơ Là Bài Thơ Có Thể Là Có Thể*

Tại sao cứ phải nói / "có thể" là tại sao? Tại ông Trời quá cao, ông không thấy mình hả? Tại biển lớn biển cả / không có cù lao nào?

Có thể bởi nôn nao / chưa chắc thành hay bại! Có thể mình bẻ lái / vào khúc đường đẹp hơn?

Mỗi sáng cứ lơn tơn / có thể là Thể Dục? Mỗi ngày cứ chăm học... có thể thành Triết Gia?

Có thể là Thi Ca / những câu vè vớ vẩn? Có thể mình lấn cấn / khúc thụy du thịt dư?

Thường thấy ở bài thơ, tác giả hay "có thể". Ông Mai Thảo làm thế: "Thấy Ta Là Miếu Đền!"

Có thể chẳng ai quên / khi kéo dài câu chuyện, hết sông thì ra biển, hết đất rồi lên trời...

Té ra toàn Chuyện Cười, có thể không cười được... mà nhiều khi nó ngược / điều người ta đợi mong!

Bạn nhớ chớ, phải không? Đặng Trần Thường hỏi Ngô Thời Nhiệm: "Ai Công Hầu? Ai Khanh Tướng? Trong trần ai, ai dễ biết ai?".

Ngô Thời Nhiệm không bưng tai. Ngô Thời Nhiệm đáp lại: "Thế Chiến Quốc, Thế Xuân Thu, gặp Thời Thế, thế thời phải thế!".

Thế thời thôi! Hết chuyện?
Lịch sử nhiều chuyển biến... Có Thế Đều Vô Duyên!

\*
Thí dụ mình cúng tiền cho Cha mình: Tiền Giả. Nhưng cúng Chùa có giá... trả Tiền Thật thôi hà! "Có thể" nên cho qua... cả Cu Ba, Mông Cổ, cả Khờ Me, Ô Hai Ô...

*Bài thơ là bài thơ!*
*Có thể là có thể!*

### *Bài Thơ Halloween*

Buồn không biết làm chi bèn làm thơ thả gió! Ồ lạ ghê! Hoa nở... Ai biểu em đi ngang?

Hình như nắng có vàng? Hay là áo em nhỉ? Ngàn ngàn muôn Thế Kỷ... áo nàng vàng gió bay!

Buồn bèn nghĩ tới ai, bèn làm thơ... một chút, ai biểu em như mật cho nắng bỗng ngọt ngào...

Ai biểu em là sao hiện giữa trời quang đãng? Em, vô cùng ánh sáng của vầng trăng sáng trưng!

Tôi nghĩ tới hoa hồng: Em-là-hoa-yêu-quý! Thế giới một nước Mỹ, mỹ miều cũng một Em!

Con đường con dốc lên... Lên dám tới Đà Lạt? Có thể ngang Trại Mát hay dừng lại Dốc Đu?

Đà Lạt mình sương mù tháng Mười thường em nhỉ? Nhớ quá đi Cố Lý, năm mươi năm Cố Hương!

Tàn biết mấy cây nhang, nguyện cầu hoài chưa ứng! Thương dân mình chịu đựng, có em – nước mắt trào!

Tố Hữu nói yêu nhau... ⁽*⁾ mà màu nào chẳng lợt?
"Lối mòn cỏ lợt màu sương. Lòng quê đi một bước
đường một đau" ⁽**⁾.

Nguyễn Du khóc rồi sao? Nguyễn Du khóc rồi sao?
Em với anh làm sao? Con đường! Con dốc đứng!

Đà Lạt quanh co lũng, con nai vàng xé sương!
Nó lạc dấu Thiên Đường dù đường quen nẻo
thuộc... ⁽***⁾

Bao giờ sông cạn nước? Bao giờ núi hết mây... Bao
giờ rừng hết cây? Chân Lý này... không có!

*Trời ơi tôi thả gió bài thơ Halloween!*

---

⁽*⁾   *Thơ Tố Hữu:*
       *"Còn gì đẹp trên đời hơn thế?*
       *Người yêu người, sống để yêu nhau!"*
⁽**⁾  *Thơ Nguyễn Du:*
       *"Lối mòn cỏ lợt màu sương.*
       *Lòng quê đi một bước đường một đau."*
⁽***⁾ *Thơ Lưu Trọng Lư:*
       *"Nai cao gót lẫn trong mù*
       *Xuống rừng nẻo thuộc nhìn thu mới về."*

## Après La Guerre

Anh đã đọc em rồi
coi như email cuối,
anh nghe lòng tiếc nuối:
em-vuột-khỏi-bàn tay...

Mình không nói hôm nay
lời nào là chào biệt!
Không ai nói gì hết
bởi còn gì nói thêm?

Coi như mình không duyên,
chúng ta không có nợ...
Mây bay bay trên phố
giống ngày xưa ngày xưa...

Giống như tấm poster
người ta dán trên kính
đôi mắt của người lính
mở tròn sau chiến tranh...

Phố thị đời trôi nhanh
những chiếc xe xanh đỏ
trời lạnh người áo gió
bọc gió buồn mông mênh!

\*

Anh không quay nhìn em.
chắc em cũng đi thẳng.
Trời ban ngày còn nắng,
hết nắng thì hoàng hôn...

Đôi mắt người lính tròn
không phải hình viên đạn!
Áo dài em lụa trắng
học trò xưa trường xưa...

*Ở đó... chắc lá cờ*
*đang bay... rất ngơ ngác?*
*Mây trắng cũng bay lạc*
*nơi anh về hoang vu...*

## *Làm Thơ Chơi Để Nhớ Hôm Qua*

Hãy nói gì đi! Buổi sáng nay:
Trời mù. Mù sương. Không có mây.
Gió hiu hiu. Lạnh. Như không gió,
Tôi vuốt tôi bằng mười ngón tay...

Một người bình thường. Rất bình thường.
Ngày tôi ở lính... vài vết thương,
Nhẹ thôi, máu chảy không nhiều lắm,
Không tốn hao nhiều những cuộn băng...

Ngày tôi hết Lính tới đi tù
Nhất nhật hiểu bằng vạn vạn Thu!
Những tấm huy chương gìn giữ nắng
Mưa nhiều mưa ít cũng nên thơ!

Hiểu và không hiểu... đều không hiểu:
Sông, tại sao lòng có cạn sâu?
Núi, chỗ nào cho Non-Nước tụ?
Chỗ nào nhích bước chẳng về đâu?

Nhớ Lưu Trọng Lư bài Nắng Mới
Nhớ áo Mẹ già đem nắng phơi...
Nhớ... để thấy mình đang luống tuổi
Nỗi buồn, không nắng, làm sao phơi?

*Bài thơ... như vậy – cho ngày có,*
*Đã mấy ngày không, biết bệnh mà!*
*Chúa Nhật, đi, không mua được thuốc*
*Làm thơ chơi để nhớ hôm qua...*

## *Có Giọt Lệ Nào Không Biển Sông*

Cali nắng mãi, nắng dài lâu... gặp mặt, bạn bè than một câu: "Nắng quá đến hoa vừa hé nụ, mùi hương mới thoáng đã bay đâu... ".

Ai buồn? Ai cũng buồn theo nắng. Buồn giống buồn mưa, buồn tuyết, băng... Bè bạn tuổi cao đều nói thế, thanh niên thì cứ vẫn Thanh Xuân!

Nắng quá... nhẹ tênh quần áo mặc, như là không thể có mùa Đông! Cà phê hiên sáng thường đông khách, bè bạn nhìn nhau... nói trống không!

Còn có gì đâu mà "bận" nhỉ? Giang sơn nhẹ gánh tự bao giờ! Năm mươi năm đủ lòng đau đớn, nay lúc nhạt nhòa thêm nắng mưa!

Nay lúc... ngó xe, đường lúc nhúc, ngó người... nhớ những nụ cười tươi! Những cô thiếu nữ tròn tay nắng, lòng thuở Xuân Thì... mãi mãi vui!

\*

Tôi dựng Tháp Thơ từng chút nắng... ngói trời tôi nhặt ở không gian... xây lên thần tượng ngồi tôi ngắm... mùa chuyển Thu chăng lá đã vàng...

*Nhớ Bích Khê có hai câu đẹp: "Chao ôi vàng rơi cây ngô đồng / buồn vương buồn vương Thu mênh mông". Lòng tôi bát ngát buồn xa xứ, có giọt lệ nào không biển sông?*

### *Buồn Hiu Nhiều Sáng Chim Không Hót*

Buồn hiu! Nhiều sáng chim không hót.
Chim xé mù sương bỏ thị thành.
Chim để lại gì hơn nỗi nhớ?
Buồn hiu! Không một chút trời xanh!

Tôi châm điếu thuốc, tôi nhìn khói.
Khói tỏa mù sương thêm lớp sương...
Mái ngói, bồ câu không ghé xuống.
Hoa vườn tôi nở không mùi hương...

Đã mấy sáng rồi, tôi nói nhiều...
Một tuần mùa Thu đâu bao nhiêu!
Mùa Đông đang về. Con phố vắng.
Super Store thành Chợ Chiều!

Gửi thư, bưu điện, tem lên giá,
Người ngẩn ngơ không chỉ một người!
Cô nhân viên nói: "Tôi không biết,
có gửi hay là không gửi, thôi!".

Hai chữ Buồn Hiu, rơi, nát bét.
Chim còn không vui huống chi mình?
Có một buổi mai, tôi lúng túng,
Tương tư ai rồi, ai mắt xanh!

*

*Thơ thấy dễ thương khi chép lại*
*Không ngờ mình cũng một-thi-nhân!*
*Than mây, khóc gió, buồn vô tận,*
*Bốn biển, năm châu lại quá gần!*

## *Xe Quét Đường Ngày Thứ Sáu*

Hôm nay, ngày Thứ Sáu – ngày-của-xe-quét-đường. Cái xe chạy thấy thương: Rác, Bụi, nó hút hết... Hút cả mùa Thu chết nằm lăn lóc đó đây... Hình như nó có tay đưa ra ôm buồn bã? Nó kéo gom từng lá trên đường đưa vào lòng...

Phía sau nó, mùa Đông – con đường dài thẳm thẳm!

\*

Thứ Sáu, trời không nắng...
Thứ Sáu, chuyện hàng tuần, tôi bâng khuâng, kỳ thiệt! Tôi vẫn là người Việt nhớ về Quê Hương hoài... Ở đó, tôi còn ai? Những mả mồ hút gió? Ở đó, còn trăng tỏ... những đêm dài tha ma? Ở đó, cỏ và hoa, gần, xa... cánh đồng mạ? Má ơi, con nhớ Má suốt đời dông nắng mưa...

\*

Thứ Sáu có thể mưa vào trưa hay vào xế... Mùa Thu luôn có thể nhiều chuyện không vui vui. Hôm qua, em gửi tôi cái email mấy chữ... "Anh ơi em đi thử máu rút từ cánh tay... ". Em kèm hình bờ vai... của em gầy... và guộc! Cái kim tiêm hun hút đường gân xanh xanh xao...

Bài thơ này sao sao chép trong ngày Thứ Sáu? Dù tôi không có Đạo, Trời, Phật vẫn có tôi?

*Xe quét đường xa rồi.*
*Lề đường hoa lốm đốm...*
*Mùa Xuân sẽ về muộn... mà về nhé, mùa Xuân!*

### *Hôm Nay Là Ngày Cuối*
### *Lá Phong Vàng Và Bay*

Hôm nay là ngày cuối, lá phong vàng và bay. Chỉ hai ngày, hàng cây phong không còn chiếc lá...

Lá rơi đẹp chi lạ... vì tơi tả, tứ tung... Xe chạy ngang lùng bùng nhưng vẫn êm ái chạy...

Lá sẽ được thổi, đẩy, vun thành đống trên lề để được hút lên xe... để về nghĩa địa lá!

Chia tay rồi mùa Hạ! Chia tay luôn mùa Thu! Chắc mốt này âm u, sương mù... mùa Đông tới!

Mùa Đông buồn vời vợi. Cả nước Mỹ sẽ buồn. Tuyết sẽ thế mù sương. Băng, giá đầy sông, suối...

Những con mắt vời vợi có cái lý do buồn! Thương nhất là môi son chắc ít nhiều tê tái...

Chim sẽ bay, bay mãi về Nam Mỹ xa xôi. Cuộc thiên di khứ hồi sau Tết mình mới thấy...

... thấy lại nước suối chảy, nghe róc rách băng tan... Ai mà nhớ Việt Nam... cầm khăn giấy... cũng được!

\*

Bài Thời Tiết tôi thuộc ba mươi lăm năm nay... Đứa học trò tuổi này, tôi quên mình mấy tuổi!

Tôi quên rồi Sông Núi! Tôi quên rồi Quê Hương! Mai mốt ra nghĩa trang hay bình tro... Kệ nó!

*Chuông Nhà Thờ sẽ nở lòng tôi nụ hoa lòng. Chuông Nhà Chùa boong boong, tôi buông, buông hết cả...*

## *Chuông Nhà Thờ Ngân Nga Đà Lạt Ơi Chiều Sớm*

Chuông Nhà Thờ ngân nga thấy rõ làn âm ba xa bờ xa vô tận... Thấy rõ từng dám phấn hoa thông vàng bay ra trong bầu trời bao la... Ôi Đà Lạt yêu quý!

Tôi ở đó, Thế Kỷ, trước cái Thế Kỷ này. Sáu mươi năm ngộ thay... sao hai trăm năm nhỉ? Nói nghe không có lý. Phủ nhận thì cũng không! Bởi ngó thấu tận cùng dều lạnh tròng con mắt!

Sự thật là Sự Thật... dồng nghĩa với dối, lừa, khác hẳn sau với xưa... mà không ngờ định mệnh! Nó không keo mà dính! Nó là kính pha lê, nó là nỗi mệt mề. Tiếng chuông rơi lả tả...

Tôi tựa vào thành đá nền Nhà Thờ ngó lên: Con gà không ngủ quên, nó ngẩng đầu, nó gáy... Thành đá không tan chảy, nước mắt người ứa ra... Cô bé bán diêm qua đường trời dài thăm thẳm. Một Noel nồng ấm, nồng nàn yêu quý ơi... Ngoại ôm cháu hôn thôi. Ở Thiên Đường có khác?

Tôi mến yêu Đà Lạt. Thơ cho Đà Lạt hoài... Tôi nhớ tôi thời trai, dứng ở đây, Non Nước, nghe chuông ngân gió ngược mưa Lâm Viên mông mênh...

*Tôi nhớ em, nhớ em, áo dài bay phấn lụa dưới lũng vàng bông lúa trên triền núi dã quỳ... Thế mà sao chia ly? Thế mà sao chia ly? Tiếng chuông rơi rồi vỡ? Người đi buồn lắm chớ, sóng lòng ngân âm ba...*

### *Đôi Mắt Nâu Vườn Cau*

Ba hôm rồi lạ thiệt! Nắng lên lúc bảy giờ... Coi như còn tinh mơ sao ngày chan chứa nắng?

Ba hôm trước, trời nặng vì mùa Thu tới rồi. Mùa Thu thì buồn ơi: ngày âm u và lạnh...

Bạn gặp tôi sẽ tránh không muốn nghe vu vơ? Tôi vừa nói không thơ trong ngày bạn bận rộn!

Tôi thì cũng đâu muốn... mình nói chuyện lang thang!

*

Đoạn thơ, chấm xuống hàng. Tôi ngưng viết, ngó nắng. Ngõ nhà tôi trống vắng. Lòng nặng, kệ nó đi!

Tôi, tuổi hết làm chi, mỗi ngày... buồn nói nhảm. Ba mươi lăm năm... thê thảm cho một người "lưu vong"!

Tôi ăn hoài chữ "không", sống thừa... như sống sót! Những bài thơ không ngọt bởi biển trời bao la...

Trên đất nước "người ta", những mảnh đời tàn tạ, thật tình không hỏi quá "Sao Người Ta Thương Người"?

Hỏi sao không giật mình: Hôm nay Thu nắng sớm! Rồi trọn ngày sầu muộn dài thăm thẳm mênh mông!

Tôi làm thơ ném sông. Tôi làm thơ thả gió... Gió bay về đâu đó thảm cỏ hay nhành hoa?

Bè bạn tôi không già khi tôi còn nhớ bạn! Mở email mỗi sáng, màn hình đều trống trơn...

Xế... xế trưa ra xem: Cái hộp thư cũng trống!

Lòng tôi: trời lồng lộng, thời gian: Kinh Di Đà! Một Tư Tưởng nở hoa, tôi ngồi yên, tôi ngắm: "Tout passe! Tout lasse! Tout casse!". Tất cả đi qua, tất cả buồn bã, tất cả gãy đổ!

*Ôi còn gì để nhớ?*
*Đôi mắt nâu, vườn cau...*

*Than Ôi
Một Bước Phong Trần
Mấy Phen Chìm Nổi*

Còn một ngày nữa thôi, lá vàng sẽ rụng hết. Đầu tuần tới, chào biệt nhé "Mùa Thu Thân Thương"!

Mùa Đông sắp, Đông Sương? Hay Mùa-Đông-Vẫn-Nắng? Có thể Đông-Tuyết-Trắng! Bây giờ... chưa biết đâu!

Coi như Nước-Qua-Cầu! Coi như Mây-Song-Cửa! Chuyện thời gian muôn thuở, kệ nó mà, Thời Gian! Đây, Văn viết về Nàng do Chu Mạnh Trinh viết, Đoàn Tư Thuật chuyển dịch ra Quốc Ngữ, thật xinh:

"Than ôi! Một bước phong trần, mấy phen chìm nổi, trời tình mờ mịt, biển giận mông mênh. Sợi tơ mành theo gió đưa đi, cánh hoa rụng chọn gì đất sạch. Ai dư nước mắt khóc người đời xưa; thế mà giống đa tình luống những sầu chung, hạt lệ Tầm Dương chan chứa. Lòng cảm cựu xui ai thương mướn, nghe câu ngọc thụ não nùng. Cho hay danh sĩ giai nhân, cùng một kiếp hoa nghiêm nặng nợ. Ngán nỗi non xanh đất đỏ, để riêng ai luân lạc đau lòng. Ta cũng nòi tình, thương người đồng điệu. Cái kiếp không hoa lẩm cẩm, con hồn xuân mộng bâng khuâng. Đã toan đúc sẵn nhà vàng chờ người quốc sắc, lại muốn mượn chùm phương thảo hú vía thuyền quyên. Sẵn bút nghiên chia vịnh từng hồi, đem sự tích tóm làm một tựa. Bây giờ kể còn dài chưa hết, hạt ba tiêu như thánh thót mưa Thu. Hỡi ôi! Hồn còn biết hay chăng, bóng hoàn bội tưởng ra vào Lạc Phố" [*].

Hơn trăm năm, thiên cổ! Còn nguyên cái sững sờ:
Văn Xuôi hay là Thơ? Thực, Mơ... chao ôi, đấy!

*

Tôi đang nghe mắt chảy Con Suối Tình Muôn Năm! Ai chẳng có yêu thầm một người mình yêu nhỉ? Tình Yêu nào chung thủy? Tình Yêu nào... Mưa-Bóng-Mây?

Thanh Tâm Tài Nhân, Hay! Chu Mạnh Trinh, Tuyệt! Đoàn Tư Thuật, Hết Biết! Bạn, Tôi... chúng mình, Sao?

Ngôi sao ở trên cao, trong lòng trời nhấp nháy... Tình là Tàn-Lửa-Cháy... dám lại bùng-tro-than?

Thơ văn cứ miên man trong Tình Yêu bất tận! Ôi! Núi Tình Chất Đống! Ôi Biển Tình Sương Sa...

Những dòng thơ là Hoa! Những câu văn thành mộng! Con người ai đã sống... không đã từng đăm chiêu?

*Ai không yêu Thúy Kiều? Nói đi cưng, Thúy Phượng!*

---

(*) *Đây chỉ là một đoạn Văn Xuôi trích từ Bài Tựa Kim Vân Kiều Truyện do Chu Mạnh Trinh viết bằng Hán Tự. Đoàn Tư Thuật diễn Nôm, tức dịch ra chữ Nôm ghi âm thành bản Quốc Ngữ. Lưu truyền, tưởng khói tưởng sương...*

## *Mưa Hồn Nhiên*

Cơn mưa nhẹ.
Nhẹ như là rắc bụi, ông Trời làm chớ không phải
người ta.

Những hạt mưa li ti
Nằm trên những cánh hoa
Đẹp thật đẹp!
Đẹp như là kim cương lắm chấm...
Những hạt kim cương giống y như tấm mẳn,
nhìn hoa mà nhớ Mạ làm sao!
Mạ ngày xưa sàng sẩy gạo thế nào
Nay trời cũng mưa rây rây như thế!
Cơn mưa nhẹ.
Nhẹ như người ta thổi khói,
Khói lam chiều bay giữa sáng hồn nhiên.
Tôi nhìn mưa, tôi nhớ đến em.
Em và Mạ hai mái đầu xanh bạc
Nhớ quá chứ, nhớ đường Hai Bà Trưng, nhớ
ơi Đà Lạt
Nhớ tiếng em cười giòn khi Mạ kể chuyện Thần
Tiên...

Em ơi em – cô bé láng giềng
Lớn một chút, làm duyên càng nhớ...
Cơn mưa nhẹ bay qua thành phố
Bầy bồ câu tưởng thóc, nhặt mưa

Tôi nhớ em, tôi cũng nhặt thơ
Nhặt được câu này, nói em nghe nhé:
*"Anh yêu em yêu nhiều vô số kể*
*Giống như mưa, không ai đếm được mưa đâu!"*
*Biết mô chừ hai đứa mình gặp nhau*
*Tôi dẫn em đi trong trời mưa, ray... rứt?*

### *Ôi Thành Phố Của Tôi Nồng Nàn Thu-Mùa-Hạ*

Không mưa chiều Thứ Bảy thì nắng Chúa nhật thôi! Ôi thành phố của tôi nồng nàn Thu-Mùa-Hạ!

Đường sá vui chi lạ: xe chạy, người đi đông. Một Chúa Nhật lạnh lùng thuộc về xưa-quá-khứ!

Không ai thèm mưa nữa! Sáu tháng đã thấy thừa... Người ta phải hơn thua, diện áo quần cho đẹp!

Không ai chân mang dép. Ai ai cũng khoe giày. Các cô thì khoe tay... những cánh tay muốn cắn!

Chưa bao giờ trời nắng / mà mát! Vì đang Thu! Những bầy chim bồ câu đậu đầy trên mái ngói, chắc chim cũng biết nói hello-ngày-dễ-thương!

Mây bàng bạc vương vương...
Lá phong còn mấy chiếc...
Mùa Thu dù đã thiệt còn ấp e Thu Dung!

*

Có thể bạn lạ lùng: bài thơ sao nhẹ hổng! Nó giống như cái bóng của người mất núi sông?

Nó đang giữa muôn trùng mà muôn trùng phố thị! Thật tình tôi ở Mỹ, đây không có gì quê!

Mưa, mong hoài, chán, chê... người ta quên làng mạc, quên bờ tre xao xác, quên tiếng gà gáy trưa!

Người ta đang quên mà! Một ngày Thu nắng ấm. Những chân bùn tay lấm... ở đây, đều xa xăm!

Tôi đang ở công viên ngắm lá vàng trên cỏ, ngắm hoa vàng đây đó, nghe gió... gió thì thào...

*Không hỏi ai làm sao Đà Lạt mình Đông xám... Lòng tôi không ảm đạm... coi như mình vô tư?*

### *Báo Tết Chào Xuân Số Tất Niên*

Đêm đã qua đêm, ngày đã mới. Hôm nay, hai tháng nữa Noel. Năm qua, năm cũ, rồi năm hết... Báo Tết chào Xuân số Tất Niên!

Mở cửa trời Thơ, ngày khá lạnh. Mùa Đông... Texas tuyết bay bay. Miền Đông chắc chắn băng bay khói, ở đó nhìn đâu cũng trắng đồng...

Người ở miền Tây chưa đến nỗi xuýt xoa than thở rét-nàng-Bân! Mà thôi, bốn cõi dây là Mỹ, nóng lạnh luôn là nỗi xốn xang!

Mở cửa trời thơ... đường vẫn sáng. Đèn đường còn sáng, chưa ai đi. Vài người làm sớm chờ xe bus. Đời sống yên bình... chẳng có chi!

Ai cũng đã xong ngày bỏ phiếu. Buồn vui, im lặng, để Trời lo. Chừng năm phút nữa nghe chuông sáng. Không có gà, không tiếng ó o...

\*

Nước Mỹ dễ thương! Yêu nước Mỹ! Người già, trẻ nhỏ, nói như nhau! Chim mừng buổi sáng không quên hót. Cỏ cũng xanh... xanh, biếc một màu!

Giờ chắc... Việt Nam tàn bếp lửa. Đêm bắt đầu khuya, ngủ nhé cưng! Tôi nói với ai, không biết nữa... Năm mươi năm rồi... câu chúc suông!

*Nhà Thờ vừa mới ngân chuông sáng. Có lẽ ở Chùa sắp mở Kinh... Đâu cũng dễ thương như nước Mỹ. Nhớ quê... tôi có xót xa mình!*

## *Ngày Đổi Giờ Mùa Đông*

Người ta được ngủ thêm một giờ, rồi cũng dậy...
Bên Texas chán ngấy: mưa mịt mờ mịt mùng...
Cali vẫn như không, bình minh, sáng nắng đẹp.
Lạnh, nói cho phải phép "Dẫu gì... đã vào Đông!".
Buồn bã những hàng phong không cây nào còn lá.
Những người lo phố xá sắp đi dọn lá rơi. Chắc ít người đi chơi. Quán cà phê, khách cũ.

Mỗi năm một ngày ngủ chỉ thêm có một giờ...

*

Bên Texas sắp trưa... Trưa của ngày tầm tã... Bạn tôi than "Buồn quá". Tôi hồi âm... trống trơn! Không một hàng dấu than, cũng không cần chấm chấm. Đứa nào cũng buồn lắm... Xa Việt Nam bốn mươi năm. Trông về, dường xa xăm. Đi thêm thì mệt mỏi. Nói, những gì đã nói. Lặp lại... vẫn không thừa. Cứ bắt đầu: Hồi xưa... Rồi, ăn-mày-dĩ-vãng! Thời gian... màu bạch tạng. Nham nhở và hoang mang. Những người xưa, tiền nhân... Cố Nhân! Vùi Cố Thổ! Ở đây hết đất mộ, còn thôi – những lò thiêu! Bây giờ, sáng ngỡ chiều. Chiều, hết chiều là tối.

Lát nữa tôi sẽ gửi bài này qua Houston...
Bên đó, mưa còn không? Bên này, tôi hốt nắng!
Tôi làm thơ trống vắng. Lời, vô tự, lòng vô tư!

Hàng phong – con ngõ Thu... chưa bao giờ buồn thế!
Mưa ơi sao đến trễ? Sáu tháng hơn, chang chang...

## *Tin Thời Tiết Lại Sai*
## *Los Angeles Vẫn Nắng*

Tin thời tiết lại Sai! Los Angeles... vẫn nắng! Mưa, có mưa xa lắm, tận dưới San Diego!

Tưởng mưa ngày đổi giờ. Suốt đêm chờ... chợp mắt. Không một tiếng tí tách. Cũng không gió xì xào...

Đổi giờ, đêm qua lâu. Con ngõ sâu tối mịt. Trụ đèn không nhúc nhích (gió mưa đâu đong đưa?)

Uổng một đêm dỗ mơ, mộng về sông bến cũ... thấy lại bờ liễu rũ... thấy lại thời chiêm bao!

\*
Thôi!
Mưa chẳng có, chẳng sao. Lát nắng lên, đỏ au, cái mặt sân kệ nó!

Và mặt trời vẫn đỏ. Con mắt thỏ cứ tròn! Môi thỏ vẫn môi son... nụ hôn không chạm tới...

Cỏ non sẽ phơi phới, tháng Giêng nha, thỏ ơi. Tôi nói như nói chơi với một người tri kỷ...

Thời gian như nước chảy... Bài học đó, bao giờ? Chắc chắn là ngày xưa khi mưa hòa gió thuận!

*... khi tôi cầm viên phấn ghi ngày mới... dễ thương!*
*Dù không mưa, không sương, thời gian xanh như tóc!*

## *Hà Nội Hôm Qua Có Mưa Nho Nhỏ*

Hà Nội hôm qua có mưa nho nhỏ. Tôi đi dạo phố, tôi nhìn trời mưa... Tôi đã có thơ. Và thơ như thế! Vui chi, chưa kể. Buồn chẳng biết đâu... Tôi cầm cái ô nghe mưa thầm thì. Mưa nói gì nhỉ... như ai thầm thì...

Hà Nội tôi đi, giương ô, mưa nhỏ. Trời không có gió mà có heo may... Mưa có bay bay chắc vì tôi bước? Thành phố phía trước, mưa phớt bóng đèn. Những ngọn đèn đêm, mưa nên bật sớm? Mắt ai chơm chớp hay đèn rưng rưng?

Tôi là người dưng đi tìm thân thuộc. Giữa lòng Đất Nước, tôi là tôi thôi... Nhiều năm quê người, tôi hello mãi, tôi được chào lại khi người thấy người. Thường ai cũng cười, với nhau vui chớ... Chỉ khi nào lỡ mình không thấy ai!

Hà Nội tượng đài dài dài con phố...
Mưa rơi nho nhỏ. Cờ đỏ rung rinh...
Tôi hơi giật mình: Hay mình đi lạc chỗ người đo
đạc để xây nhà chăng? Nhà nhà có ngăn, tầng tầng
cao vót. Bỗng giọt mưa ngọt rơi nằm trên môi...

*

Tôi nói cho tôi nghe lời tôi nói. Có câu như hỏi, có
câu vô tư... Câu nào cũng thơ... mà thơ là mộng!
Hay là tôi sống Hà Nội Paris? Đây Miami và kia
New York? Mưa không mấy giọt sao mắt ướt rồi?
Ai đang bên tôi thì thào khúc khích?

*Con mắt có thiệt? Hà Nội hôm qua...*

## Một Bài Thơ Tình

Hồi khuya, mưa tí tách. Thức dậy nằm nghe mưa. Sáng, có thể tới trưa, tới chiều, mưa còn tiếp... Mưa đếm hoài không kịp. Nhớ em thêm nhớ thôi. Mà dẫu nắng rực trời / vẫn nhớ em... rực rỡ!

Em đúng là Nỗi Nhớ / không bao giờ... Nỗi Quên. Nhớ cả lúc em ghen / anh nhìn mưa đắm đuối. Nhớ cả lúc em nói: "Em ghét anh vô cùng!". Quên là sự Đau Lòng, Nhớ là tình Thân Ái... *Ai bảo em được sinh làm con gái để anh thể chê hết thảy giai nhân!* Cõi đời là phù vân, tình yêu là đá tảng – em mãi mãi pho tượng / đứng sững trong lòng anh...

*Tình Yêu là lá xanh / đứng trên cành không rụng / dù gió mưa lồng lộng / Em! Anh yêu em!*

Mưa...
Đang mưa trước thềm.
Mưa...
Đang mưa ngoài ngõ...
Mưa xanh đầu ngọn cỏ. Mưa thơm nụ hoa hồng. Tình yêu là hoa lòng / thắm tươi từng giọt nước. Anh tưởng em đang bước / nhẹ nhàng trong giấc mơ. Anh vẽ em bằng thơ – bài thơ tình hay nhất!

Mưa bay ngang chùa Phật. Em kìa, Phật che mưa. Chúng mình đi trong mơ, chúng mình đi trong mộng. Thơ là niềm Hy Vọng / Người-Yêu-Người-Muôn-Năm!

Em nghe chuông vang vang... Em nghe chứ, anh nói: "Em đi mà có mỏi / anh bồng em ru em..."

*Đèo Prenn. Ảnh: Nguyen Minh Tuu @ Shutterstock*

## *Tháng Mười Ngày Cuối*

Tháng Mười đã hết hay còn?
Ngó lên cuốn lịch... thấy buồn còn treo!
Tháng Mười... là tháng Tình Yêu,
nhớ có đám cưới hồi chiều hôm kia...

Tháng Mười không phải tháng chia
mà tháng hai cái mặt kề... dễ thương!
Buồn bâng quơ, ngó ra đường:
Chiếc Xe Bus Học Trò vàng lá bay...

*

Tháng Mười ngày cuối, chiều nay
bầy chim sẻ rủ về đầy mái hiên.
Nhớ ai cái mặt duyên duyên
cái má lum lúm đồng tiền năm xu...

Trăm xu mới chẵn một đô,
muốn qua sông, thiếu tiền đò, làm sao?
Làm sao? Không biết làm sao
câu thơ Lục Bát ta trào vì em!

*

Thơ hay hay, nổi như chìm
mái hiên ríu rít tiếng chim, buồn buồn!
Ai từng ngoảnh mặt đi luôn...
tháng Mười... hồi đó... thảm hơn bây giờ!

## Tháng Mười Một Thưa Thớt
## Thời Gian Đọng Bóng Chiều

Tháng Mười Một đã tới... băng băng qua tháng Mười! Bao con mắt ngó trời, chớp chớp... rơi nước mắt!

Cầm hai chữ Tổ Quốc đưa lên môi, cắn đi! Đời không có nghĩa chi... khi không còn Tổ Quốc!

Nhiều chiếc xe xuống dốc rồi lăn xuống lũng sâu! Nhiều xà lan rời tàu và chìm... chìm xuống biển!

Trên trời én vẫn liệng... bên lầu của Thúy Kiều! Bên cạnh nỗi thương đau chỉ còn thấy máu... máu!

*

Đôi tình nhân đi dạo quanh bờ hồ Xuân Hương. Xe đẹp đậu trên đường. Mù sương bay Đà Lạt!

Có cô bé đứng hát trên Đồi Cù... rồi ngưng. Có người đi dừng chân rút khăn lau giọt lệ.

Tôi làm thơ như thế, không có bài nào hay.

*

Tôi làm sao phơi bày trên giấy lòng tôi nhỉ? Cái thời em bé tí... thì tôi xa muôn trùng!

Năm mươi năm Núi Sông, nhiều cánh rừng tàn tạ.
Vậy mà còn thấy lá... Lá Mùa Thu Quỳnh Dao!

Em à, ai cũng đau khi nhắc lại quá khứ. Không ai sửa Lịch Sử mà yên với lương tâm!

Bài thơ tôi tím bầm. Hồ Xuân Hương gợn sóng. Ở Kontum đất động. Biển trào lên Cửu Long...

Thơ tôi, đấy, hai dòng của con mắt em chảy... Tản Đà từng nói... thấy: Nước Đi Không Về Non!

Tượng Chinh Phụ đã mòn. Người Chinh Phu đã chết. Tôi đi, coi như biệt. Đà Lạt nát Đồi Cù...

*Em ơi buồn-thiên-thu! Tháng Mười Một thưa thớt thời-gian-đọng-bóng-chiều...*

### *Kiếp Sau Xin Chớ Làm Người Làm Cây Khuynh Diệp Trường Bùi Thị Xuân*

Hàng cây khuynh diệp của tôi ơi!
Tôi đứng đây, đâu? Ở cuối trời?
Tôi nhớ về đâu? Đầu dất nước...
Này đây là biển, nọ nương dâu...

Này dây mái ngói nhà xanh, đỏ
Không thấy nhà tôle, không mái tranh
Có những mái bằng chim chẳng đậu
(người ta gài đinh, không thích chim!)

Tôi đi trong phố, dời chen chúc...
Tôi ra ngoài đồng nhìn cò bay.
Tôi đứng chỗ nào? Trên vũng nước?
Tự nhiên. Gió thổi. Tóc bay bay...

Tôi thương, tôi nhớ ngôi trường nữ,
Nhớ hàng khuynh diệp, chỉ vài cây
mà sao thăm thẳm đường muôn dặm
Tôi mất đâu rồi tuổi-thuở-trai?

Tôi chẳng còn ai bè bạn nữa,
Em học trò xinh xắn "Thầy ơi",
Thưa Thầy:... "Em, một Thuyền Nhân, nhé,
gặp lại Thầy, thương quá cõi đời!".

Chuyện kể, ngẩn ngơ, ngày hội ngộ.
Hình em: Khuynh diệp lá đong đưa...
Bao nhiêu năm nhỉ mình xa cách?
Gió lạnh... Hình như gió buổi trưa...

*

Bạn thấy: bài thơ tôi đứt đoạn,
"Đoạn Trường" vô tận hóa vô thanh...
Thầy Trò chạm mặt câu chào hỏi,
Trong gió... Em còn vạt áo xanh!

*Ôi đó... dễ thương, khuynh diệp biếc*
*nhành cong, chim đậu tiếng xa xưa.*
*Trong tôi, bỗng giọt trời xanh ngắt...*
*"Em nhỉ, đời như một giấc mơ"?*

### Thương Thương

"Đêm qua nằm mộng thấy Thương Thương / má đỏ au lên đẹp lạ thường!". Hàn Mặc Tử có hai câu đó... Chỉ hai câu... biến ảo văn chương!

Xuân Diệu định nghĩa Tình Yêu, lúng túng, "Chết trong lòng một ít"... rồi quên! Em không hỏi anh một câu gì cả / mà trong lòng anh em mãi mãi là Em!

Trong không khí có cái mùi rất lạ. Mùi Tình Yêu em ạ, ban đầu! Anh nhớ tóc em bay chiều gió... Gió thơm lừng bông bưởi bông cau!

Anh cũng nhớ con bướm vàng bờ giậu... anh nghĩ là tằm nhả hết tơ! Anh thấy em từ trong tiền kiếp... nên muôn đời còn đó... thơ... thơ!

Anh cũng nhớ tiếng chuông chiều sớm... rơi theo mưa trắng dài Ngân Hà. Ai hứng được tiếng chuông, thì chắc / thấy mình đang đứng giữa vườn hoa!

Em, áo lụa, vàng, xanh, tím, đỏ... tự bao giờ thành muôn sao kia! Tự bao giờ mặt trời có mặt... chỉ vì em diễm lệ trăng khuya!

Anh không lạc trong không gian vô tận
bởi em cho anh một chỗ tựa đầu!
Tiếng chuông ngân lòng sông xanh khói sóng
anh biết lòng anh xanh thắm tự đâu!

*Đêm qua nằm mộng thấy người yêu... chữ nghĩa thơm tho dáng Diễm Kiều! Anh nói với em lời nhỏ nhẹ, tình anh em đếm thử bao nhiêu?*

## *Hôm Nay Đẹp Nhất Thế Gian Này*

Hôm nay, Đẹp nhất! Thế Gian này... Những tấm lòng chắp cánh gió bay... Những vườn hoa nắng lên rực rỡ... Những câu chào Happy Thanksgiving Day!

Không ai giận ai hờn ai nữa. Chỉ Biết Ơn và chỉ Biết Ơn! Dẫu có nhánh cây che trước mặt, môi hồng mãi mãi thấy thương thương!

Khi bàn tay người ta không buông, dành một hôm không nói tiếng buồn. Hoa với bướm làm vườn ta đẹp, mỗi lời trao là bao tơ vương...

Tôi tưởng tượng hai miền Nam Bắc ngày hôm nay nối kết hai bờ. Hai mươi năm ngàn muôn nhung nhớ, trang giấy tình chỉ một chữ Thơ!

\*

Tôi có thể chưa hoàn hồn được nhưng mười giây một khoảnh khắc thôi, ngồi lặng lẽ mơ màng bất giác thấy hồn mình nhè nhẹ mây trôi...

Tôi nghĩ tới áo dài trong gió, áo bà ba... rồi áo quân nhân. Đời lam lũ một câu có nhắc, yêu lá dừa non chải gió phù vân...

*Ngày hôm nay sẽ qua sẽ qua, lòng ở lại với bài thơ xinh nha! Mình, bằng hữu hay trong quyến thuộc, lòng buộc ràng hai chữ Thiết Tha!*

## Năm Mươi Năm
## Tại Sao Hai Thế Kỷ

Còn đấy chớ, những hàng phong chưa rụng,
lá vàng tươi... mà nắng cũng vàng tươi.
Mưa ở đâu? Đây vẫn có mặt trời,
nắng rực rỡ những ngày mùa Đông trắng!

Đôi tình nhân đi bên nhau im lặng.
Đã nhiều chiều chưa tới sáng ngày Xuân.
Những dãy nhà cao có lẽ quá gần,
chúng cản gió nên hàng phong không rụng?

Đôi tình nhân không vì yêu đời sống
mà họ yêu nhau nên mãi bên nhau!
Có nhiều điều ta chẳng hiểu tại sao:
Sông hai đầu nước chảy xuôi một hướng...

Chúa Jésus ra đời hai ngàn năm chưa lớn,
Cuối năm nào cũng có Lễ Noel!
Có nhiều điều mà chúng ta đã quên:
"Là Chân Lý Không Phải Là Chân Lý"!

Là
Sắc tức thị Không!
Không tức thị Sắc!
Nhắm mắt đi! Thấy chân dung của Phật!

Rồi
Hãy mở mắt ra
thấy cái gì Chúa cất
dành tặng ta là... Hai Chữ Tình Yêu!

*

Tôi hỏi hàng phong: "Có biết chăng chiều...
đang lạnh lắm, lạnh chưa nhiều, có phải?
Hay lá phong ngửa lòng phơi mặt trái
nên nắng còn vàng mướt lá tương tư?".

Ai có bao giờ cầm giấy hôn thơ...
hôn cái chữ, cái tấm lòng thơ nhỉ?
Năm mươi năm, tại sao hai Thế Kỷ?
Ba đời người: Ông Nội, Cha, Con...

*Hai Thế Kỷ nai lưng, sông cạn, đá mòn,*
*Giọt lệ cứ còn... cho lá phong tươi, mãi mãi...*

### *Ngày Thứ Sáu Đen*

Sau ngày Lễ Tạ Ơn
là ngày Thứ Sáu Đen.
Trong Mall, tất cả đèn
bật lên, ánh sáng trắng!

Người ta không chen lấn
mà xếp hàng mua Vui.
Ai ai cũng tươi cười
che giấu sự mệt mỏi.

Không có một câu hỏi
"sao cái này thế này?"
Gì mua cũng trong tay
dặt ngoan vào túi xách!

Ngày Thứ Sáu: Phong Cách
hiện rõ ở khách hàng.
Có người khá giàu sang,
có người bần cùng lắm...

Không ai phiền nhanh, chậm...
Tất cả đều từ từ,
hàng, hình như... hình như
không thứ này thứ khác!

... Ra khỏi mall, bóp nát
ngay cả cái đồng hồ!
Xốc xốc xấp bì thư...
hello người vào muộn...

Ngày Thứ Sáu vui, sướng
mua hàng quá rẻ rề
Không gì cần đem về
bỏ, buông được, là thích!

*

Ngày Thứ Sáu chật ních
rồi cũng lỏng, cũng tan...
Tôi chờ bạn đến tàn
buổi trưa... rồi đi tiệm!

Bạn mở ví ra đếm:
Tiền vẫn còn quá nhiều!
Nhớ người bán đáng yêu,
nhớ nụ cười rất đẹp!

Ngày Thứ Sáu đen, khép,
lúc đó chưa muộn ngày...
Nỗi phiền muộn gió bay
còn mãi đời đáng sống!

Lòng người luôn lồng lộng
Niềm Vui từng gang tay.
(thật tình một phút giây
rồi năm tàn tháng tận... )

*Ngày Thứ Sáu Đen – Trắng*
*nơi lòng người – ánh đèn!*
*Tôi chỉ nói với M:*
*"Anh Yêu Em Không Đổi!"*

## *Thơm Bạt Ngàn*

*Ước Được Hôn Quê, Hôn Thật Nhiều*
*cho rừng nghiêng ngả, núi xiêu xiêu...*

Nhìn ảnh chụp vườn thơm thấy mà vui con mắt.
Khi nước không có giặc dân tình mình hân hoan...

\*

Hồi tôi còn Việt Nam, thăm người quen Đức Trọng(*), tận mắt thấy bạn sống nghề làm vườn, đói... no!

Hạnh phúc là ước mơ, dễ chi thành sự thực, bởi con cái đông đúc, đời tạm bợ, da đoan...

Đêm nào giặc về làng là vườn tược nát ngấu. "Bên Ta" nả đạn pháo, "bên địch" tuôn đại liên.

Chiến tranh cứ triền miên, mười năm... mười năm vậy. Vườn trồng nhiều cây trái... được, thua, cứ cầu Trời!

Bạn trồng cải, mồng tơi, có mùa bán được giá, có mùa thì rất hạ... mà kệ, biết sao hơn?

Chủ yếu bạn trồng thơm đỡ mất công chăm sóc, dạn rớt trúng... trúng phóc, rớt sai là... vui thôi!

Nhớ bạn tôi, nụ cười! Nụ cười thời ly loạn. Nhớ, ít nhiều đau xót, quên – muốn quên... khó ghê!

Nhìn ảnh chụp cảnh quê của quê người... Ứa lệ! Bạn tôi xưa tuổi xế, nay, dã mất, mười năm!

*Vo nắm đất, tôi quăng, ném nụ hôn quá khứ. Trái Thơm, tôi gọi, đó! Tình Yêu nha? Bạt ngàn...*

---

(*) *Đức Trọng là tên một Quận trong ba Quận của Tỉnh Tuyên Đức (cũ) gồm Lạc Dương, Đơn Dương và Đức Trọng. Vườn của bạn tôi gần phi trường Liên Khương, đường vào Laba. Trái Khóm còn được gọi là trái Thơm hay trái Dứa. Tôi thích tên Trái Thơm vì Thơm là "hun một miếng".*

### *Mưa Lưa Thưa Trên Thành Phố Nắng*

Thế là hai lần sáng / mở cửa ra thấy mưa. Tuần trước mưa đến trưa, tuần này... mưa đang thấy!

Nước trên mái ngói chảy, ít ít thôi. Mưa bay. Gió nghiêng nghiêng nhành cây. Gió như mèo rình chuột...

Thành phố tôi thèm nước... mà mưa chỉ mưa bay? Câu thơ này thật hay... vì tôi cay con mắt!

Mười tháng rồi dài thật... nắng chất ngất đường đi. Không ai nghĩ có khi / mưa bất ngờ chan chứa!

Đó, thì mưa sáng nọ... chỉ vừa đủ khăn lau! Bao nhiêu nước trên cao chắc trời tuôn ra biển? Mưa ở đây... én liệng / hớp từng miếng... giỡn chơi!

Tôi mở cửa ra ngồi, mưa không sa vướng tóc. Nhưng ít nhiều hạnh phúc: Có Mưa Còn Hơn Không!

*

Có chút vui trong lòng, thấy đời có ý nghĩa, thấy ngày mai có thể... vui vui hơn hôm nay?

Tôi không nói với ai / email dù sắp sửa. Thành phố tôi còn ngủ vì đang là mùa Đông!

Tôi chỉ nói trống không! Quê Hương mình xa lắm. Vui vẻ hay buồn thảm / đã dài năm mươi năm!

Mơ một ngày mùa Xuân / chỉ là mơ trong mộng! Những người trai còn sống... nhiều người đã làm thinh!

*Ôi Đất Nước thanh bình!*
*Ôi Đất Nước thanh bình?*
*Mưa chỉ là nước mắt. Những khúc ruột ai cắt / trời cầm rải bốn phương...*

### Mưa Nhỏ Câu Chuyện Nhỏ

Bạn khoe San Diego có nhiều chiều mưa nhỏ,
mưa mà không có gió, buồn lạnh như kim châm...

Mở lời, bạn không thăm chỉ nói chuyện mưa gió,
bạn làm cho tôi nhớ những ngày Đà Lạt mưa...

Mưa Đà Lạt nhỏ, thưa... Bạn cũng vừa tuổi lớn, đi
học thường đội nón chớ không đem theo ô...

Hai con mắt bạn khô, thơ tôi không chỗ lội. Tôi
tan trường gần tối, bạn chắc đã về nhà?

Cái thời đó thật xa với tôi Thầy Giáo trẻ... Nghe tin
bạn tới Mỹ lúc tôi ở Thiên Đàng...

Rừng Việt Nam Thu vàng, tôi quên dần thành
phố... quên những bóng đèn nhỏ dính mưa và
phấn thông...

\*

Bạn có giận tôi không? Hồi âm thơ lẩn thẩn như bẻ viên phấn trắng vẽ một đường bảng xanh...

Mưa nhỏ là long lanh. Ghét cái miệng bạn lắm, cái miệng lạnh hay ấm dám nói không? Nói đi!

Mai Thanksgiving day, bạn ăn mưa mấy hạt, tôi muốn nghe bạn hát một bài ru mưa nha!

Thời tôi dạy học, xa. Thời bạn học, cũng vậy. Không có chiều nào nhỉ hai đứa đùa mưa bay...

*Bạn chưa hề đưa tay cho tôi hôn, ghét đó! Mưa nhỏ câu chuyện nhỏ và bài thơ dễ thương...*

### *Năm Mươi Năm Không Thấy Đường Về*

Cuối tháng Một lạnh khiếp!
Tháng Chạp chắc lạnh hơn!
Tháng Lễ Chúa Giáng Sinh...
Tiếng chuông nghe đã... rét!

Trời nắng hoài, khổ thiệt,
chim chóc lạnh bay xa...
Đường sá ít người qua,
vạch sơn nằm bất động!

Đèn soi không có bóng,
đêm chỉ gió run run.
Không một tiếng côn trùng
Không tiếng lòng tâm sự...

Nhớ thơ Nguyễn Hồi Thủ:
"Không có nắng nên nhà không có cửa,
không tình yêu nên mắt cũng tiêu điều!".
Hộp Đêm có tiếng nhạc...

Tiếng của sương lác đác
Tiếng của tuyết im lìm!
Hành lang không tiếng chim...
Chắc chắn hành lang rộng?

Thơ Diễm Châu vẫn sống
trong hành lang sâu xa?
"Chị về đây với người ta,
một hành lang rộng buồn da diết buồn!"

*

*Thơ ai cũng nghe thương!*
*Tôi – bút mòn mực cạn...*
*Chu Mạnh Trinh ngao ngán:*
*Đường về đâu, Thiên Thu...* (*)

---

(*) *Thơ Chu Mạnh Trinh:*
  *"Dãy hoa nép mặt gương lồng bóng,*
  *Ngàn liễu rung cương sóng gợn tình*
  *Man mác vì đâu, ngao ngán nỗi*
  *Đường về chiêng đã gác chênh chênh..."*

### *Noel Đang Đếm Ngược*

Lạnh! Ai cũng kêu Trời!
Quả thật là lạnh... thiệt!
Ông Trời vừa hạ nhiệt,
còn chỉ mười độ C!

Xe bus đậu bên lề,
một người khách bước xuống.
Lạnh khiến đi bước gượng
nụ cười có héo hon!

Nhà Thờ vừa giật chuông,
bầy quạ nghe, vỗ cánh,
chúng bay đâu trong lạnh?
cả chim sẻ của tôi?

Thành phố đây núi đồi
chập chùng bay bông tuyết...
ba, bốn tháng, mùa rét,
mưa, bão thì rét hơn...

Bình minh giống hoàng hôn,
bây giờ như thế đó!
Buồn, lạnh, từng cửa sổ,
gió chạm nhẹ nghe đau!

Chuông rơi như ngàn sao
chạm lưng nhau chớp chớp.
Noel đang đếm ngược
cờ, đèn, hoa... đã treo!

*Những đôi mắt buồn hiu*
*vẫn trong veo tha thiết.*
*Thương yêu ghi trên thiếp*
*gửi đi rồi, bao la...*

## *Dọc Đi*

Mười giờ hơn, chưa nắng. Mây trắng chất từng tầng. Gió lạnh như bâng khuâng, bay qua, buồn, hiu hắt...

Đang mùa Đông, có thật? Tết chưa tới, thật mà. Mùa Đông còn đi qua, và... mặt trời chưa dậy...

Lá, vài chiếc, phe phẩy như ai vẫy tay chào... Gió đi qua, không mau. Mây đổi màu, ảm đạm...

Trời, bây giờ màu xám... giống truyện Andersen... ông tả con mèo con, chờ nắng lên, nằm ngủ!

Truyện, coi như truyện cổ sao nhuốm màu mới toanh? Ai, con mắt doanh tròng nhớ quê nha, cũng vậy!

Lá cây cứ động dậy. Gió buồn hiu buồn hiu. Mười giờ đâu phải chiều? Mười giờ, đang buổi sáng...

Người ta thường lãng mạn ở những buổi chiều tà... nhưng tình yêu nở hoa lúc mặt trời sắp tắt...

Hai bàn tay nắm chặt, người ta muốn nói gì? Hai cặp môi đang ghì. Ôi tình yêu... không nói!

Tôi buông ra câu hỏi và tôi đứng làm thinh. Thảm cỏ như trở mình... vì mùa Đông quá lạnh...

Cố Hương ôi lấp lánh, trời sắp mưa, sắp mưa?

*

Tôi nhớ sao bến đò! Nhớ cây da bến nước! Nước không hề chảy ngược... triệu người đi... buông xuôi!

Nhớ Nguyễn Bính, Trời ơi: "Anh đi đâu? Đi đâu đó? Cánh buồm nâu no gió, thiên cổ chừng nao vẽ?"(*)...

"Nước non nặng một lời thề, nước đi đi mãi không về với non!"(**). Thơ Tản Đà... cũng buồn. Đọc đi! Và ứa lệ!

---

(*) Thơ Nguyễn Bính: "Anh đi đâu? Anh đi đâu? Cánh buồm nâu, cánh buồm nâu, cánh buồm... ".

(**) Thơ Tản Đà: "Nước non nặng một nhời thề, nước đi đi mãi không về với non!".

### *Nụ Hoa Hồng Anh Chưa Tặng Em*

Người con gái nào cũng thích cầm hoa, nâng, hôn...
Nụ hoa ấy nồng hương từ người con trai hái...

Thường chuyện tình trai gái khởi đầu từ hương –
hoa, từ cây bưởi sum suê đến ruộng cà xanh biếc,
tầm xuân báo sự thiệt: người ta đi lấy chồng...

Người ta đi sang sông... hoa hồng ôm trước ngực!
Chắc người ta thao thức đêm hoa chúc động
phòng...

Hương hoa từ mênh mông tụ tầng tầng cánh xếp.
Người ta là người đẹp thở ra từng cánh bung...

Người ta thành vợ chồng, không tin... mà trước
mặt ngọn đèn chong đã tắt. Sáng mai mặt trời lên!

\*

Anh nói gì với em? Mình, bàn tay chưa nắm... Thơ:
chữ và dấu chấm lấm tấm phấn thông vàng...

Em, người đẹp đoan trang Đà Lạt ngàn thông biếc...
Tự nhiên mình biền biệt, coi như là tự nhiên...

Chuyện tình là nhân duyên của hoa và của mộng!
Em mãi là sự sống của anh và của Thơ!

Chiều của anh: Rừng mờ.
Đêm của em: Đèn phố.
Mờ mờ và tỏ tỏ đời bay sương bay mưa...

*Nụ hoa hồng anh chưa tặng em lau giọt lệ, lau từng
ngày bóng xế, lau từng hoàng hôn, thương!*

## *Coi Như Chiếc Lá Nhé*

Hàng phong không còn lá. Không còn một lá nào!
Mùa Đông rét ngọt ngào, có người trào nước mắt?

Lá phong rơi, gió lật thấy lòng lá buồn buồn, tôi muốn nhặt lên hôn để nghe mùi năm tháng...

Ô là tôi lãng mạn giữa thành phố đìu hiu. Trời mờ như sắp chiều, tiếng chim kêu thảng thốt...

... hay tại mình ốt dột, mình ngộp theo nắng tà, lấp lánh vàng như hoa sắp rụng và chới với?

Tiếng chim kêu, không đợi. Tôi không đợi chi mà. Con đường tôi đang qua... thơ như tà áo lụa?

Hay... Tôi nhớ ai đó áo lụa vàng nắng xưa. Nghĩa là không bây giờ. Nghĩa là thời quá khứ!

Cái dấu than thay chữ, bạn có hiểu nghĩa không? Tôi ngó từng cây phong thấy lòng mình trơ trụi!

Ở đây có thấy núi... không thấy được dòng sông chảy băng qua cánh rừng. Chập chùng thương nhớ lắm!

*Khép bâu áo cho ấm nghe đậm niềm tương tư! Bạn à, đây bài thơ coi như chiếc lá nhé...*

### *Áo Bà Ba Em Phơi Khi Nó Đầy Nước Mắt*

10 năm! Mười 5 nhỉ! Em chờ anh thế này, bao nhiêu đám mây bay mỗi ngày... qua trước ngõ!

Tại ông Trời làm gió, em biết không phải anh! Tại bầu trời quá xanh mà em biết mây trắng!

Anh à, mưa hay nắng, 10 năm em chờ anh! Sóng hồ Xuân Hương long lanh... có thể là em khóc!

Em hiểu chữ Cô Độc có nghĩa là Một Mình. Em hiểu Buổi Bình Minh là Ngày Mới Hy Vọng.

Ôi 10 năm em sống như màu áo bà ba... Có khi áo đầy hoa, có khi là nâu, xám...

Bạc màu thì... thành trắng. Bạc tình? Chúng ta không! Anh à, anh cái vòng của vầng trăng Rằm đó...

Anh cũng là luồng gió nhân dân mình bày tỏ từ ngày xưa ngày xưa: thống nhất là giấc mơ!

Thống Nhất Vui Cả Nước:
Lậy Trời cho chóng Gió Nồm,
cho thuyền Chúa Nguyễn thuận buồm xuôi ra...

*

Em rất nhớ ông Tản Đà. Em nhắc hai câu này mà khóc: "Ba Vì Tây Lĩnh non xanh ngắt, Một giải Thu Giang nước vẫn đầy!".

Áo bà ba em may... Mười Năm Rồi, Anh Thấy! Ôi chao dòng sông chảy... anh anh anh anh... biển khơi!

*Áo bà ba em phơi khi nó đầy nước mắt.*
*Áo bà ba em cất để dành... thắp nhang Anh!*

## *Bài Thơ Làm Nhanh*
## *Buồn Đem Ra Phơi Nắng*

Bóng trăng khi tỏ khi mờ... khi lem trên má em vừa mới lau... khi vàng cả một vườn cau... năm mười bảy tuổi em chào Mạ Ba...

Bóng trăng theo cánh buồm xa... con chim bỏ bạn đi qua vườn người... có khi em khóc em cười, nước mắt em chảy ngược xuôi... cũng dành...

Bóng trăng nào cũng long lanh khi mưa và nắng trăm nghìn một phương... Anh thành khói anh thành sương... cây da kia cũng xanh dường hanh hao!

Em đi, em cúi đầu chào mà sao nước mắt em trào gió bay... Cau vàng chín rụng chiều nay, Ngoại lên cõi Phật trăng đầy cõi Tiên!

Em cười... cái nụ cau duyên bổ ra làm sáu, chim chuyền nhánh lau... Em đi em cúi đầu chào, anh bưng cái nụ buồn vào chiến tranh!

*

*Vài câu Lục Bát viết nhanh, tôi đem giát bạc để dành Thiên Thu!*

*Ảnh: Artiom Photo @ Shutterstock*

## Nắng Trôi Theo Mây Trôi

Ngày mai, Chúa Nhật – ngày đầu của mùa Đông.
Bây giờ, 8.30 sáng, mai giờ này... còn khuya!
Mai, ngày dài hai mươi lăm tiếng.
Người lười biếng ngủ thêm, không sao...

Cuối tuần ở Mỹ không ồn ào,
mọi việc nôn nao chấm dứt
từ tối Thứ Sáu...
bữa cơm gia đình có thể rất ngon.

Sáng Thứ Bảy, mù sương.
Sáng Chúa Nhật, nếu không mưa, sẽ có nắng...
Mùa Đông kéo dài hơn ba tháng,
Sẽ dài thêm vì có thể dài thêm!

Hồi khuya tưởng có mưa đêm.
Không có gì hết. Tin thời tiết sai rồi.
Hơn sáu tháng thôi, nắng trôi theo mây trôi...
Sương mù đọng giọt đang rơi nghe vài ba giọt!

*Tôi nâng tách trà lên rót*
*Tách đầu ngày. Nhà Thờ thánh thót chuông rơi...*
*Năm mươi năm nước tôi không còn tiếng súng*
*Lời nguyện cầu tuyệt vọng. Bâng khuâng...*

## *Gió Lạnh Mới Bay Ngang*

Sáng mùa Đông, nhà không mở cửa. Cũng không ai nhóm lửa mừng ngày! Chim hết rồi, cũng mười hôm nay. Người ở lại với những cây đào không lá!

Chắc không có em học sinh nào tả / Sáng Mùa Đông Trời Lạnh Giá Ra Sao. Vườn ở đây không có hàng rào, gió tự do cứ ra vào chỗ trống...

Hai chữ Tự Do, ôi chao cảm động! Tượng Tự Do ở New York rùng mình... ba Thế Kỷ rồi đâu có thấy rung rinh? Ngọn đuốc sáng từng đêm đêm sao hiện!

Sáng mùa Đông... người người lười biếng. Xe bus vàng sẽ chạy, chín giờ hơn... Học trò xếp hàng leo lên đi đến trường. Mẹ đi làm nail thì chờ xe bus khác...

*

Sáng mùa Đông chắc không ai đi lạc, nhưng biết đâu có cái xác khô queo. Hai chữ Tự Do dành cho cả người nghèo... có cái chết hồn bay theo tiểu thuyết!

Ba tháng mùa Đông cũng có hôm bầu trời xanh biếc... mà lạ lùng không thấy ai làm thơ! Thi sĩ chết, chắc nó cũng không ngờ... hai chữ Tự Do chỉ nằm trong bài thơ đẹp nhất!

*Gió lạnh mới bay ngang*
*Tiếng cửa gương rung lên bần bật.*

### *Cũng Đành Vậy Một Bài Thơ Để Hôn*

Bạn tôi email khoe: "Em mới vừa đi chợ, em mua về một mớ... Anh biết mớ gì không?".

Tôi hỏi âm: "Bòn bon?". Bạn đáp: "Anh nói đúng! Em sợ em lạc lõng mất tuổi thơ của mình!".

"Hôn em nhé, bình minh... Hôn thời mình xanh tóc!". Email... viết để chọc. Chúng tôi có buổi mai!

*

Buổi mai, buổi đầu ngày. Buổi đầu đời đáng nhớ, khi Má đi về chợ, mua cho con bòn bon...

Má tôi rất thương con, thương cả bạn của nó. Ngày xưa không giàu có, con nít thích trái rừng...

Những thứ không phải trồng chỉ nhọc lòng leo núi, người ta bán "trôi nổi" cho con nít ăn vui...

Bạn tôi đã già rồi, tôi cũng không trẻ nữa, sáng nay bạn đi chợ, khoe, tôi chỉ đoán liều...

Không ngờ thứ mình yêu / thuở, cái hồi, thơ dại, lâu rồi, còn, còn mãi! Mới mua chắc là tươi?

Tôi dán một nụ cười. Chắc bạn cười, có lẽ? Trưa, trời nghiêng nghiêng xế... Tôi chờ thấy hoàng hôn!

Chúng tôi email thường và thường thì như vậy. Ôi thời gian nước chảy! Ôi thời gian hoa trôi...

Đà Lạt của tôi ơi, mùa bòn bon đang chín... có ai lên tới đỉnh núi Bà nhìn xuống không?

*... thấy Phan Rang như rồng, thấy Nha Trang như cọp, thấy rừng như... thoi thóp. Tan hoang và... tang thương!*

### Tùng Nghĩa Mưa Đà Lạt Nắng

Tùng Nghĩa mưa, Đà Lạt nắng, Tưởng như gần lắm...
thế mà xa!
Đường có ngã Tư, ngã Ba.
Người hẹn người hôm qua, mai, mốt!
Điều an ủi: chúng ta cùng một nước,
Bắc hay Nam, đâu cũng Nước Non mình...

Trời Đà Lạt nắng, nên xanh.
Trời Tùng Nghĩa mưa, nên có màu ảm đạm.
Năm mươi năm rồi hoa quỳ vàng nở, tàn, xanh, xám,
tạo chân mây đen xạm lạ lùng...

Đà Lạt thì... những giọt sương trong
kết nhau lại thành dòng tuôn xuống thác.
Thác Cam Ly, thác Datanla, thác Prenn...
ngân nga rừng thông!

Thông còn ít,
lòng người cũng bớt
nhớ thương nhau đầy vơi buồn vui!
thấy trong thơ thường có chữ Ngậm Ngùi!

Nếu nụ cười là thể hiện Niềm Vui,
anh gửi xuống em bài thơ đầy những lời thương
nhớ
như cái thuở mình đi chơi rừng chỉ sợ
thấy con nai đi lạc mà thôi!

*Em ơi em ơi những ngọn núi, dãy đồi,*
*những cánh rừng...*
*chập chờn mây, sương, khói...*
*anh nhớ thác Gougha bong bóng nổi*
*mưa chạm vào... vỡ như muôn sao sa...*
*Hãy coi là chuyện đó, hôm qua!*

## Mùa Đông Đang Qua Trước Cửa

Mùa Đông... năm nào cũng có. Cũng tới, sau mùa Thu tàn! Những con di điểu bay ngang để lại thênh thang băng giá...

Cái quen bỗng thành cái lạ... mà hàng năm, đó, thành thường! Thấy ai cũng có vẻ buồn... Good Morning là khói tỏa!

Mười Một là tháng đầy nhớ: Sắp rồi Lễ Thanks Giving! Rộn ràng phố xá Giáng Sinh... kéo dài tới đầu năm mới!

Kìa cây, hai hàng chới với, rung rinh, run rẩy gió đùa... Có người nói tuyết nở hoa... nhìn xa nhìn xa... hết nói!

Cháu tôi đi mua giấy gói tấm lòng tình nghĩa Noel! Bạn bè, anh chị không quên, chắc cũng đang làm như vậy?

*

Người Việt mình lòng nát bấy, quê nhà và quê khắp nơi. Quà trao một chút Niềm Vui... Ngẩn ngơ đã hai Thế Kỷ...

Ừ đã năm mươi năm nhỉ? Đã ba Thế Hệ như đùa! Hiện tại toàn chuyện ngày xưa... mai nhắc lại là Cổ Tích!

Mùa Đông... ban ngày tối mịt, và đêm nhúc nhích từng đêm! Nhục nhã rồi sẽ có thêm... tới khi trái tim ngừng đập!

Cỏ nghĩa trang người ta cắt. Hàng hàng bia mộ... đếm sao! Nhà văn Mai Thảo đâu nào, nói cho đời nghe mấy tí!

## *Chiều Đi Qua Thành Phố Này*

Chiều đi qua thành phố này... là những đám mây bay bay... Lạnh không níu được mây đứng lại, lá sót còn vài chiếc trên cây...

Chiều đi qua thành phố mùa Đông, ai yêu ai mà không nói Vô Cùng? Thì lá rụng cũng dành úp mặt, lá thẹn thùng vì hai đứa hôn!

Vài con chim bay về thành phố, chúng trở về đậu dưới mái hiên. Ngôi biệt thự mây viền kẽ ngói. Chiều tối rồi, chim ngủ qua đêm...

Mai, thành phố, mây qua buổi sáng... Nhà ai kìa, cửa sổ màn buông. Mây lấp lánh trên lòng tấm kính ngón tay nào còn để dấu trên gương?

Anh dừng sẽ là mây phơn phớt, em muốn anh là một chân trời, mình đứng vững hay mình ngồi xuống, tới hoàng hôn tình luôn có đôi!

Anh cứ hỏi sao em tóc mướt, phải chăng anh hơi thở nồng nàn? Em sẽ trả lời anh bằng ngón út, sống mũi anh đùa chút mây tan...

*

Hãy thủ thỉ những lời tình tự, mười, mươi năm, nữa, tụi mình già, thành phố này mình xa không trở lại, nhớ thì buồn, mây bay bay xa...

*Thành phố này rồi mai rồi mốt, đường mình đi mà cây không theo. Sao không nhớ hàng cây không lá? Mình lại về... hay mây buồn hiu?*

### *Mãi Mãi Em Là O Thiếu Nữ*

Mãi mãi em là O Thiếu Nữ
lòng thơm như một nụ Hoa Hồng.

Mãi mãi anh là Mây Viễn Xứ
nhìn đâu cũng thấy được Non Sông!

Từng câu thơ vẽ hình em nhé
tỉ tỉ tình vương ngọn gió đồng...

Đồng nội chân mây buồn thẳm thẳm
thế mà giọt lệ chẳng sao đong...

Và em thì chẳng sao quên được
có lẽ nơi nào cũng có trăng?

Có lẽ vì sương vương nhánh liễu...
bầy cò bay bay kìa mênh mông!

Bầy cò bay bay qua ngọn núi
đêm nay trăng chắc ngủ trên rừng?

Trăng như người Lính xưa hầm hố
xoay trở cũng vừa cái thớt lưng!

Nhè nhẹ mà đi không dám động
nghe trong tim nở đóa hoa hồng...

\*

*Nghe trong thơ nở Tình Yêu Dấu*
*Và nhớ em từ hoa Hướng Dương!*

## *Bài Thơ Trong Giấc Mơ*

Khi quỳ trước Chúa, Phật... người TA cầu-nguyện-xin: "Cho con sống nhân tình, sống-yêu-thương-để-sống".

Cầu-nguyện-xin Hy Vọng được Phật, Chúa... cảm thương. Hai ngàn năm biết ơn... Chúa, Phật... thương người lắm...

Mùa Đông lạnh mà ấm. Nhà Thờ, Chùa nguy nga. Đêm Noel nở hoa muôn tỉ sao lấp lánh!

Cô bé bán diêm lạnh, bật từng que diêm hơ... Rồi bay vào trời mơ, nó gặp Bà Ngoại nó...

*

Ôi từ đó, từ đó... lòng tôi dầy Tình Yêu. Không còn sáng còn chiều chỉ còn đêm cầu nguyện!

Cái cổ em quyến luyến mây trời bay tóc thơm. Bà Ngoại mở tay ôm đứa cháu từ trần thế...

*Nhìn nhân gian diễm lệ, tôi hôn từng vì sao. Sao trên cờ chiêm bao – chiêm bao nào cũng đẹp!*

## *Đời Có Tình Yêu Nghĩ Cũng Vui*

Hồi trưa trời ấm lúc em đi. Chiếc áo sơ mi thuở dậy thì. Áo trắng, gió lùa, da mướt trắng. Tóc vờn như thể dài Xuân Phi...

Hồi trưa anh chợt thành thi sĩ, đứng thật lâu do bóng mặt trời. Cũng lúc đứng lâu, lòng có gọi nghe chừng xa lắm tiếng em ơi.

Cái duyên, cảm tạ ông Trời nắng! Cái nhớ, Trời ơi, chỉ nói thầm. Em lái xe nhanh đâu có thấy anh thành tượng đứng đã trăm năm!

Câu thơ đọc lại, nghe mình ngộ. Đời có tình yêu, nghĩ cũng vui. Mà cứ tương tư buồn lắm chứ. Người đi tưởng tượng bóng mây trôi...

*Em bóng mây theo góc phố nào, còn anh thì vẫn ngọn dừa cao. Gió tung màu nắng hay màu gió? Áo ngắn tay trần em thấy sao?*

Trưa nắng, chiều nay có nắng không? Em về mà lạnh, lạnh sau lưng, Tóc thương tóc nhớ dài đâu đủ để ấm lòng em...

Ôi nhớ nhung!

## *Bây Giờ Tôi Có Vội Cũng Chỉ Còn Chiêm Bao*

Tôi thích con đường đó – Đường có hàng cây phong, mùa Hè lá phong hồng, mùa Thu vàng như nghệ. Mùa Đông... ngày như xế, mai chiều mình tôi đi... Lá phong đã bay về một nơi nào không biết! Tôi nhớ thời ly biệt, người Việt mình ra đi... "Đi Từng Đêm Càng Đông Dần!".

Nó không phải đường phố dù nằm trong nội ô. Không người đi nhấp nhô. Không xe chạy tới tấp... Nó là chỗ ẩn nấp, của tôi, một tàn binh! Đây không trọng không khinh, đây không ai chào hỏi. Đây, đi hoài không tới – mà tới đâu, bây giờ?

Chỗ tôi ở ít mưa. Cuối năm thì có thể vài cơn mưa rất nhẹ qua thành phố, dù buồn. Tôi thích nhìn sương vương trên những cành trơ trụi. Tuyết trổ hoa, chín bói, một đêm trăng Noel... có con bé bán diêm bật chơi từng giọt lệ mà nhìn ra thân nhân... Nó cầm tay cầm chân Ngoại nó và bay mất... Nó bay về xứ Phật, nó gặp Đức Chúa Trời? Con đường phong tôi ơi... dời dời phong là gió!

\*
*Tôi không hẹn, không có đợi ai trên đường phong. Tôi đang qua mùa Đông lòng bềnh bồng tháng Hạ, rừng rừng rừng xanh lá có màu riêng môi thơm... có chút nắng hoàng hôn... nghĩ như là Cố Quận! Ai kia bà ba trắng quần đen xắn bắt cua... Quê Hương tôi ngày xưa, bây giờ sương như khói! Bây giờ tôi có vội cũng chỉ còn chiêm bao!*

## *Em Nói Em Làm Gió Đi Lên Núi Chải Mây*

Em cầm cây lược ngà,
hỏi: "em đi đâu đó?",
Em nói: "Em làm gió,
em lên núi chải mây!".

Hai đứa cùng chào tay,
em đi, tôi đứng lại.
Hình như tôi đứng mãi
... đến khi tóc em về!

Tôi hái một đóa quỳ,
nói với em: "anh tặng".
Em cười và im lặng,
hương và hoa, tóc bay...

Tôi nâng từng chút mây
đưa vào bài thơ nhỏ,
nhớ hôm em làm gió
bỏ tôi, cầm lược ngà!

*

Thế mà mười năm xa,
tôi qua nhiều đại hải.
không hoa quỳ để hái,
chỉ quỳ ôm... hoa mây!

Không có gì đổi thay!
Tôi nhớ em thật nhé...
Nhất là mái tóc rẽ
của em... đã mười năm!

*Tóc em-mây-phân-vân,*
*gió ngập ngừng thủ thỉ:*
*"Ai biểu đường thiên lý,*
*cái lược ngà hóa sương..."*

## *Chải Em Tóc Biếc*
## *Màu Tình Thủy Chung*

Nửa năm... không giọt mưa nào! Không là hạn hán mà sao nắng hoài? Lạ kỳ xanh lá không phai, xanh em vẫn tóc chải dài câu thơ! Em à, thơ... bỗng thành mưa chắc tuyết không tới trong mùa Giáng Sinh? Phải chi Chúa hiện thình lình, mình dâng lên chuyện bất bình xem sao...

Chúa trên trời, Chúa trên cao... Chúa trên tất cả, chỗ nào cũng trên... Có khi Chúa ở một bên Em, hiền hậu nhất và Em tuyệt vời... Chúa là sao không đổi ngôi, Em muôn năm vẫn một lời Kinh dâng... Noel, đêm cuối mùa Đông. Sau Noel lại mùa Xuân bắt đầu. Năm mươi năm chửa là lâu, Quê Hương – Niềm Nhớ... ôi cầu Hiền Lương! Chúa Trời, Chúa một tình thương, con người... chấp nhận con đường tử sinh!

*Hòa Bình ơi hỡi Hòa Bình!*
*Chải em tóc biếc màu tình thủy chung!*

### *Từ Một Dấu Chấm Xuống Dòng*

Em áo đỏ giống chiều nay, trời ráng đỏ (thường hoàng hôn thì còn chút nắng vàng). Ngó em hoài, thương em quá, bâng khuâng. Biết em đi ngang đây không chỉ một lần... nhưng anh thấy yêu em vì-em-áo-đỏ! Màu của đa số lá cờ... cờ bay trong gió – gió hoàng hôn con trăng tỏ như lau!

Tôi đang nói với em mà như nói với người Tàu – Tàu Đài Loan, Tàu Đất Liền, giống hệt! Tôi yêu em năm châu chưa ai biết... nhưng chiều nay em chắc biết Tôi Yêu Em!

Tôi Yêu Em! Tôi chưa dám nói thêm.
Sẽ mai mốt, nếu em còn áo đỏ!

\*

Ngàn kiếp trước tôi yêu người con gái đó.
Ngàn kiếp sau, còn lại đây bài thơ!
Không có ai đợi cũng chẳng có ai chờ...
Bởi nhớ thương giống như con đò không chở khách
... mà đậu hoài nghe lau lách một bờ sông!

\*

Bài thơ này có một chấm xuống dòng...
rồi hai chấm...
rồi nhiều hơn hai chấm...
tình càng sâu, nghĩa càng đậm: Anh Yêu Em!
Em áo đỏ, em cười duyên
bờ liễu đứng soi mình sông nước chảy!
Em mà nhìn thấy
Em Trong Gương Chắc Em Đỏ Hường Hai Má!

*Tình Yêu có màu xanh – xanh hơn đồng lúa.*
*Tình Yêu có màu đỏ – áo em bay rực rỡ buổi Hoàng*
*Hôn.*
*Anh hôn em, tóc em, cho em hoảng hồn:*
*"Ai đếm hết triệu triệu sao trời em nhỉ?".*

## *Thời Gian Thật Lãng Mạn Còn Như Là Hoàng Hôn*

Bây giờ đang bây giờ, ngày vẫn chưa là sáng... Thời gian thật lãng mạn... còn như là hoàng... hôn!

Bây giờ thật dễ thương: hoa hường đã hé nụ – nụ cười hoa là đủ cho mình nhớ người ta...

Người ta tên là Hoa? Có thể nào không nhỉ? Người ta tên là Thủy... ôi chao ơi dòng sông!

Sông nào cũng mênh mông... tại người ta mình nhớ! Tại người ta hoa nở! Tại người ta là sao...

Còn ngôi sao thật cao... em chỗ nào cũng nhớ... từ một chuyến đò lỡ... nhớ bây giờ: bây giờ!

*

Tôi mở đầu bài thơ buổi sáng nay như thế coi như câu chuyện kể bắt đầu trong mù sương...

Đổi giờ mới hai hôm... hoàng hôn còn tới sáng!
Em ơi tình lãng mạn... coi như vừa trăng lên!

Khi người ta mình ên thường nghĩ về đôi lứa mới có pho tình sử viết gì cũng nên thơ...

Mái tóc em có bờ, cái bờ vai mát rượi... Tình anh là nước tưới cho em dài sông mây...

... cho em dài ngón tay, cho em hồng gót ngọc, cho cánh rừng phải thức chắp cánh cho chim bay...

Em ơi sáng hôm nay, thơ anh tình quá chớ! Sau em con thác đổ Đà Lạt của mình reo...

*Sau anh là... Cheo Reo – khu rừng xưa đạn réo! Chắc con chim chèo bẻo lát nữa hót vì em!*

## *Bài Thơ Mới Nhất*
### *Tóc Ơi Tình Yêu*

Em nói dễ thương: "Đà Lạt lạnh lắm!". Em đưa tay nắm, ôi bàn tay thương!

Anh xa, dễ thường ba mươi năm nhỉ? Về, em thủ thỉ... Đà Lạt vẫn xưa...

Em vẫn là Thơ! Từng câu em nói. Lang Bian vời vợi, mình lên đó nha?

Em thấy Nước Nhà, ngàn thông, con suối... Hai chân em duỗi, hai gót chân ơi!

Hai chân một đôi, mình là hai đứa, trời mưa nho nhỏ, hai đứa một ô...

Anh hái hoa mơ, hoa sim ngày cũ... Khi không anh rủ em vào chiêm bao...

Tôi đang thao thao những lời mộng mị... Bạn ơi Thế Kỷ: Hai Thế Kỷ Rồi!

Một giọt lệ rơi. Một nước thống nhất. Con ong làm mật, cái tổ nó đâu?

Người ở giang đầu, người thì hải giác... Mây bay gió dạt... Đà Lạt lạnh hoài...

Em nói bên tai: "Đà Lạt lạnh lắm!". Em đưa tay nắm. Áo ấm mưa sa!

*

Trường cũ mình qua. Cái cổng đứng ngó. Em không còn nhỏ. Anh cũng tàn phai...

Mình còn bờ vai...
Vào nha? Quán gió... Nhìn ra cửa sổ: mưa trời bay mưa!

Em nhắm mắt chờ cái hôn rất nhẹ...
Rồi em, giọt lệ. Mưa ơi bài thơ...

*Vậy là đủ chưa? Bài thơ mới nhất! Tóc em phơ phất, tóc ơi Tình Yêu!*

## *Một Chút Gì Thương Cũng Đá Vàng*

Tháng Chạp, mười hai, tháng cuối năm...
Đã hai thế kỷ, tưởng nghe lầm!
Tháng Tư hồi đó... nay tròn trịa,
cái nỗi buồn như cái mặt trăng!

Tháng Chạp năm nay tuyết đổ nhiều
cũng bằng máu đổ thuở buồn hiu!
Chiến tranh! Loạn lạc... rồi di tản,
tay nắm rồi rời, lệ chảy theo!

Tôi làm bài thơ, tôi đang mơ?
Chiêm bao, mộng mị, quỷ ma đùa?
Ý thơm đâu nhỉ – hoa đang nở,
lòng thắm thiết buồn không muốn xua...

Đất Nước trời ơi, chữ Cố Quận!
Cố Hương! Cố Lý! Cố Nhân ơi...
gọi từng viên sỏi trong tay nắm,
thảng thốt ai nghe giữa biển trời?

Tan nát trái tim người biệt xứ,
trái tim nào nguyên nơi quê nhà?
Không! Không! Thưa Phật Không là Có
hay Có là Không bởi Xót Xa?

Tôi chảy máu rồi, tôi thổ huyết!
Thơ còn chữ Thổ... thổ là tuôn!
Là tung, là tóe, không sao hứng?
là mỗi câu neo một nỗi buồn!

Em có thương anh thì đứng lại,
đừng đi thêm nữa... chúng mình xa!
Anh từng nhai nuốt cơm đầy sạn,
Em uống từng câu... chữ Nước Nhà!

*

Tôi đang tháng Chạp, gõ bài thơ,
cứ tưởng mình như đám bụi mờ,
cứ tưởng mình như không có xác,
... mà nghẹn ngào mình sao lính xưa?

*Một nửa trăm năm, hai Thế Kỷ*
*Một kỳ ngộ nhỉ chuyện thời gian...*
*Đường là thiên lý, hồn thiên lý,*
*Một chút gì thương cũng đá vàng!*

*Chàng Về Đại Lược*
*Thiếp Ngược Kim Long*

Mỹ không cho nuôi gà, sáng không có tiếng gáy.
Triệu triệu người chưa dậy, vì dậy chẳng chi làm!

Cha mẹ không theo con dẫn chúng đến trường học. Từng trạm bảng Bus Stop, xe bus đã sẵn sàng...

Cha mẹ chỉ kéo chăn và chờ tiếng khép cửa. Học trò tuổi còn nhỏ thì nhà trường chăm lo...

Không gà gáy ó o. Viết vài câu lăng xẹt! Tôi chẳng bận gì hết, dậy sớm thơ làm chơi...

Thơ không chỗ đến nơi... dù thơ rất-tưởng-tượng!
Thơ không có vui sướng. Thơ ăn mày khổ đau!

Xưa không nói đời sau... vì không biết sao cả! Chỉ nói về màu lá: xanh, vàng, rụng... tả tơi.

Chút đó buồn có ngôi, buồn ngồi lên không xuống... nên đừng trách phiền muộn sao thi nhân nói hoài...

Ca dao không biết ai làm ra mà hay quá! Lời rất quen mà lạ khi nó nói bông lông:

"Chàng về Đại Lược,
Thiếp ngược Kim Long;
Tới dây là chỗ rẽ của lòng!".

*

Xưa, gà hai bên sông, sáng sáng gáy ồn ã... Nay sau chòm hoa lá, lắng nghe giọt sương rơi...

*Tôi đang lắng nghe tôi nói gì một buổi sáng!*

## *Bạn À*
## *Coi Đây Lá Thư*

Tháng Chạp, Cali rất lạnh. Không mưa dù có tuyết, băng. Lạnh buốt! Lạnh buốt cuối năm... đến trẻ con phải nhăn mặt huống chi người già gần đất, xa trời... còn chi... Noel! Trai trẻ thì nói Noem, chao ôi là tình là tứ y chang như Nguyễn Công Trứ: "Cái tình là cái chi chi mà giục được người thiên cổ dậy?". Thời gian, kệ thôi! Như vậy... như thế, như ri... cũng đành!

Thành Phố Mỹ đều mông mênh, lái xe quanh quanh giáp mặt. Chào nhau: "Chúng ta hạnh phúc, một năm... hai Tết nha nha... ". Phải mà Tết Tây, Tết Ta... chỉ là "Chỉ Đỏ Xuyên Suốt!". Có người thở dài thườn thượt "Bạn bè cỡi hạc rong chơi! Hạc vàng, hạc đỏ muôn nơi, biển trời, biển trời bát ngát!".

Năm mươi năm đời tản lạc, thấy nhau là thấy quê nhà. Người thì nhắc Mẹ, nhắc Cha, thương những người già sợ biển, tin cái sự đời luân chuyển, hợp tan, tan hợp, tương phùng... Có người đọc thơ lung tung: "Quân Tương Giang đầu, Thiếp Tương Giang vỹ, Cộng ẩm Tương Giang thủy, Tương cách bất tương kiến!". Mỹ lạ: Xuân không én liệng. Hôm nào nắng rực, trời xanh... mong manh vài làn mây trắng!

*

Nhà Thờ hoa treo đèn gắn, Nhà Chùa cờ Phật thế hoa. Rất hiếm tu sĩ tuổi già (hơn năm mươi thôi, đều trẻ!). Chữ "Trẻ" giống như chữ "Lệ"... giống như chan chứa chữ "Tình"! Nhìn những con mắt trong xanh có chút gì như vẩn đục!

*Viết tới đây,*
*Tôi muốn khóc!*
*Bạn à... coi đây: Lá Thư!*

### *Đà Lạt Ngàn Ngàn Năm Yêu Dấu*

Em gửi anh tấm hình, hỏi "Mua không? Em bán!". Ôi Đà Lạt thương lắm... mà bán, anh không mua! Đâu có ai mua Thơ! Đà Lạt tôi là Mơ, là Thơ... là Thơ mãi! Đà Lạt là Cô Gái mười bảy tuổi muôn năm! Em ơi anh nói thầm: Đà Lạt – Em , diễm lệ!

Anh có thể ngồi xé từng giọt lệ anh rơi, còn Đà Lạt đời đời anh nâng như nâng trứng, anh đưa tay anh hứng... Em ơi anh hứng hoa!

Đà Lạt là ngọc ngà! Là thơ Hàn Mạc Tử... thả bay trời tứ xứ nguyên vẹn một vầng Trăng! Đà Lạt là giai nhân múa như nàng Chiêm Nữ trên đá... Đá Kim Cương! [*]

Thơ Chế Vũ dễ thương! Thương không sao đếm được. Những ánh sao xuyên suốt lòng Thiên Cổ Thiên Thu... Đà Lạt thông vi vu phấn thông vàng bát ngát...

Có thể em úp mặt khóc trên ngực anh rồi!
Có thể là em cười! Yêu quý hàm răng ngọc...

\*

*Em! Cho anh chải tóc em-con-suối-huyền-mơ ngang qua những dòng thơ trời mờ mờ hư ảo...*

---

[*] *Thơ Chế Vũ:*
   *Tôi yêu nàng Chiêm Nữ trên đá múa như hoa...*

*Đà Lạt hoàng hôn. Ảnh: Dzung Vu @ Shutterstock*

## *Đà Lạt Xưa Sau*

Đà Lạt bây giờ cũng giống xưa
Thấy đâu người của thuở-bao-giờ!
Mây bay cứ ngỡ đầu ta bạc
Bè bạn đi thăm... Những Nấm Mồ!

Những nấm mồ xanh, xanh Nước Non
Xanh xao tuổi trẻ các em còn
Nhớ sao khói lửa thời chinh chiến
Đã rụi tàn trong nỗi xót thương!

Ai qua trường cũ cây khuynh diệp
Lá rụng chiều nao chắc lạnh lùng?
Và lá cờ bay. Đời đổi khác,
Một màu ngói vẫn nắng rưng rưng...

*Nhiều khi ta muốn ta đừng nói*
*Đừng hỏi thăm ai nữa chỗ về*
*Buồn đã sẻ chia, còn chút nhớ,*
*Là lòng ta đó, xé ta đi!*

### *Vĩnh Biệt Trần Triết Quỳnh Dao*

Không Có Gì Ồn Ã.
Hàng cây mùa Đông trơ cành còn vài ba chiếc là chưa rơi run rẩy.
Một chiếc lá nhẹ nhàng rơi xuống.
Nữ sĩ Quỳnh Dao chào vĩnh biệt mùa Đông Đài Loan.

Quỳnh Dao ra đời năm 1938. Sinh 20-4-1938, Thành Đô, Tứ Xuyên, Trung Hoa Lục Địa, rời nước năm 1949 qua Đài Loan...

Mất, tự quyết định chiều ngày 4 tháng Chạp năm 2024, mùa Đông, tại nhà riêng, Quận Đạm Thủy, Thị Trấn Tân Bắc, Thủ Đô Đài Bắc, Nước Đài Loan Trung Hoa Hải Ngoại.

Bà đã có thư dặn dò con cháu để yên cho Bà đi từ năm 2018.

Và bà đi sau nhiều ngày chữa bệnh tại nhà riêng – một tòa lâu đài đầy đủ tiện nghi, trị giá trên mười triệu Đô La Mỹ... Bà là nhà văn giàu nhất thế giới xưa nay, tự do cũng nhất... mà oằn oại vì tình nghĩa trăm năm hơi nhiều. Sức chịu đựng của bà coi như cũng khá!

Họ tên của bà giản đơn như nhánh cây cổ thụ:
Trần Triết.
Bút hiệu của bà dễ thương: Quỳnh Dao, chắc tự ví
như hoa hiếm, như lá ngọc, Quỳnh và Dao?
Hoa Quỳnh chỉ nở đúng nửa đêm.
Lá Ngọc dễ ai mà có.

Bà có rất đông độc giả ái mộ về văn, đúng là văn
chương; có nhiều nước mắt của khán giả xem
phim chuyển thể từ truyện của bà vì láng lai tình
nghĩa thấp thoáng những con đường Mùa Thu Lá
Bay...

Người Việt Nam trước 30-4-1975 ái mộ bà gần
ngang với Kim Dung tác giả truyện chưởng.

Người Việt Nam sau 30-4-1975 nhìn bà trong nhiều
đám lửa, gạt nước mắt không khóc riêng cho một
nhà văn.

*Nhà Văn Quỳnh Dao đi rồi!*
*Tám mươi sáu năm ở đời. Vậy thôi!*

### *Ngăn Ngắn Mà Cũng Buồn*

Hôm nay em về giỗ Ngoại
vòng tay, em chào, em đi...
dễ thương em nha Xuân Thì
hồng hoa hai má nhớ gì gì đâu!
Em đi...
mưa cũng phát rầu
ước chi đổi áo qua cầu gió bay!

*

Sài Gòn ơi những ngày tháng cũ
mây bay bay hình như mây bơ vơ?
 Đi trên đường Hồng Thập Tự, bỗng thèm chua
thấy me chín rụng cúi mình, ta lượm...
Bây giờ ngó cái hình này nghe còn hơi hướm
của quê nhà...
Mà đây không có me!

*

Muốn cầm bàn tay em lắm lắm
em không đưa thôi thì em cứ đi!
Em không hứa em sẽ về
chỉ mân mê mái tóc thề gió bay...

*

Em về giỗ Ngoại thắp nhang
nghe thơm mùi khói bay lan cả nhà
cái mùi có cả mùi xa
hình như mùi áo người ta nhớ mình?

*

Dốc Nhà Bò... thuở ông Vua (*)
đứng trông những chú bò chờ cho ăn
thế mà tất cả xa xăm
cái thời Cương Thổ tầm tầm mưa bay...

---

(*) Dốc Nhà Bò, một địa danh thân thuộc ngay rìa Thành Phố Đà Lạt, Ville de DaLat, còn gọi là Hoàng Triều Cương Thổ (một nơi trong những nơi ở và làm việc của Vua Bảo Đại ngoài Huế là Hà Nội, Hạ Long, Ban Mê Thuột, Nha Trang, Long Hải, Đà Lạt; tại Đà Lạt Vua Bảo Đại nuôi bò, chuồng bò dựng tại thung lũng chạy dài từ Petit Lycée Yersin tới Collège d'Adran, chỗ lên xuống thăm bò dân chúng gọi là Dốc Nhà Bò, tên mới sau 1954 là dốc Đào Duy Từ nhưng dân chúng vẫn quen gọi là Dốc Nhà Bò. Vua Bảo Đại thoái vị năm 1945 nhưng vẫn làm Quốc Trưởng Quốc Gia Việt Nam cho đến năm 1955... ).

### Trời Lạnh Lắm Em Nhớ Cài Nút Áo

Kỳ thật! Kỳ ngộ thật: Los Angeles không mưa dù trời mờ, rất lạnh. Chim chóc đều bay tránh, hoa cỏ buồn xác xơ...

Buồn thật! Buồn rất thật: đêm qua có nằm mơ thấy trời mưa nhè nhẹ, thấy một chùm hoa khế rơi rơi theo giọt mưa...

Nhớ thật! Nhớ nhà Ngoại... Gần cả trăm năm rồi! Thời gian quá xa xôi, huống chi... đường thiên lý!

Mới mà hai Thế Kỷ! Buồn nát lòng người ta... Ai đã nói thế ha? Chỉ một mình mình nói!

Một câu thơ viết vội. Chiều tối, đèn đường nhòa, tôi đi tưới bụi hoa rồi ra khép cửa ngõ...

Los Angeles thành phố đèn giăng như muôn sao...

\*

Không biết mai thế nào, trời có mưa không nhỉ? Bây giờ... hoa Thiên Lý thoang thoảng bay mùi hương...

Bây giờ...
em có hương...
anh hôn em...
mùi nhớ!

*Em nhớ cài áo hở, trời lạnh lắm nha em!*

## *Em Là Thủ Đô*
## *Của Quê Hương Mơ Mộng*

Mặt trời chưa thức dậy... Em à đang mùa Đông!
Ngủ ngoan nha má hồng, giấc hiền mơ anh dỗ...
Anh nghe mà em thở. Anh thở như anh hôn vầng
trán em rồi đó...

Buổi mai trời không gió... Buổi mai hoa và cỏ...
Buổi mai của con thỏ có đôi mắt thật tròn chứa
đựng buổi hoàng hôn của hôm qua hò hẹn con
thuyền trăng tới bến... Bến Em Về Bình Minh!

Ông Nguyễn Công Trứ định nghĩa chữ Tình...
là Cái Gì Hổng Biết! Mà nó ngộ, ngộ thiệt: Giục
người thiên cổ sống chết với Thơ! Ông Nguyễn
Công Trứ người xưa còn tỏ mờ cái bóng; em thì
em hiển lộng lát nữa Mặt Trời Lên!

\*

Lát nữa, anh hôn em... hai bàn tay, ngón Út!
Lát nữa, anh hôn em... hai bàn chân ngón Út!
Truyện Tình Yêu đẹp nhất in bằng giấy Hoa Tiên...
Mình lên thác Prenn ngắm Rừng Thông Đà Lạt
nhìn sơn nữ múa hát dưới cánh rừng nhấp nhô...

*Em ơi! Em Thủ Đô Của Quê Hương Mơ Mộng!*
*Những bài thơ cái bóng của những nàng Tiên thướt*
*tha...*
*Anh hôn em Nụ Hoa từ bàn tay anh hứng*
*Tổ Quốc Mình Tình Yêu!*

### *Truyện Ngắn Rất Ngắn*

Tất cả núi bạc đầu chỉ một đêm tuyết đổ! Rừng vẫn xanh, hoa nở – hoa tuyết mọc trên cây!

Nhiều người nói năm nay lạnh nhiều hơn năm ngoái! Nếu... người ta nói lại, tôi nghĩ chắc như... xưa!

Ờ nhỉ nếu có mưa, người ta còn nói mạnh – vừa xuýt xoa trời lạnh, vừa vào bếp để hơ...

Lò sưởi thì vẫn chờ chưa có cần phải đốt! Thời văn minh chỉ bật cái máy sưởi là xong...

Cứ hàng năm mùa Đông, nhìn xung quanh đều lạnh. Ngôi nhà là chỗ tránh... cái bất hạnh ngoài đường?

Không nghe ai nói thương những người homeless! Cũng có nhiều người Việt mình sống đời lang thang...

*

Căn phòng khách thênh thang.
Ba tách trà khói biếc...

*

Tôi mới vừa tạm biệt hai người bạn tới thăm. Chuyện gần, chuyện xa xăm, có thêm chuyện quần áo...

Lòng đường sỏi rào rạo, chiếc xe bạn de ra, bốn bánh tuyết bám hoa. ba lời chào thân mến...

Chúng tôi gặp không hẹn vì chuyện đó bình thường nhưng mùa Đông dễ thương ít nhiều lời phê phán!

Người ta thèm ước nắng, người ta thèm ước mưa... chuyện gì cũng vừa vừa, bao giờ mới được nhỉ?

*Tôi có chút chuyện kể ngày tuyết trắng núi non...*

### *Tứ Tuyệt*

Còn mấy hôm thôi: Ngày Chúa Hiện!
Tôi chờ lâu lắm... Mấy Ngàn Năm!
Tại sao tôi phải chờ chi vậy?
Thưa: Chuyện Tình Yêu chỉ nói thầm...

## *Bức Tường Vôi Còn Xám*
## *Lòng Ai Không Khói Sương*

Đã sắp rồi Noel, trời càng ngày lạnh quá.
Đường không thấy ai cả, chỉ xe, xe và xe...

Xe bật kính lên che, thở thổi ra ống khói
Không bàn tay vẫy gọi dù đường nhiều ngã tư!

Lá phong vàng mùa Thu, rụng hết rồi, rụng hết.
Tôi từ khung cửa hẹp... nhìn đời như cái khuôn!

Không ai đúc bánh buồn để mời nhau ngày lạnh!
Chim trời còn xa lánh. Sương trùm chăn cho cây...

*

Tình yêu cất cánh bay. Tôi nghĩ thầm như thế.
Có thể đời dâu bể... người ta nghĩ không vui?

Viết một câu thơ chơi thấy mình hiu hắt lắm
May màu mực không đậm mong buồn sẽ phai
mau...

Nhớ bạn thuở mày tao tìm nhau nhen đám lửa
bập bùng những thương nhớ, chập chờn những
ước mơ...

*Đời như một bài thơ! Thơ hay thường làm nhảm...*
*Bức tường vôi còn xám, lòng ai không khói sương?*

### *Ghi Nhận Buổi Sáng Tháng Chạp Noel*

Sáu giờ sáng, trời chưa sáng. Tháng Chạp mà, đêm thật dài!
Sương đọng giá từng nhánh cây, đèn soi lung linh chấp chới...
Bến xe bus có người đợi, mười lăm phút một chuyến qua...

Những người chưa tới tuổi già, đi làm đường xa im vắng... Họ không hề chờ trời sáng, cũng không ái ngại gì mưa. Đồng hồ. Buổi trưa. Nghỉ chút. Chiều về đêm buông. Tối mịt. Gặp ai, Merry Christmas.

Ngày qua như thế, bốn mùa...

\*

Tôi giống như một ông Vua, áo quần nhiều hơn đứng ngắm đất nước mỹ miều thăm thẳm tháng Chạp ngày Chúa Giáng Sinh. Ở đây người giữ Đạo mình, thản nhiên khi nhìn thiên hạ... Chẳng ai nói ồ lạ quá mà thường buột miệng xinh ghê!

Tôi đi một vòng, tôi về... Mở cánh cửa khung cửa hẹp. Tháng Chạp đi nhìn cảnh đẹp ít nhiều quen cõi người dưng... It nhiều cái lạnh mùa Đông, nhớ rét Nàng Bân cố lý... Bà con mơ dời sống Mỹ... qua đây có lẽ chán chường...

Cuộc sống của tôi vui, buồn, vài câu thơ không động chạm đến mình tuổi bàn tay nhám, đến người vai nặng ước mơ. Đi ngược chiều ai hello nghe good morning đáp lại... Những cánh tay tròn con gái... sau Noel là mùa Xuân!

*Bạn ơi bạn có bâng khuâng giống tôi sáng nay tháng Chạp? Hay là mưa sa nắng táp gian nan thiên lý vạn trùng...*

### *Tên Của Một Loài Hoa*
### *Núi Rừng Nào Mình Cũng Thấy*

Có người con trai nọ đi với người con gái kia... Họ đi từ sáng cho tới khuya, họ nói gì? Ai biết?

Trăng sao theo họ miết. Họ tha thiết bên nhau. Có khi ngồi bờ ao. Có khi tựa lưng núi...

... mà câu chuyện họ nói, chúng ta không lắng nghe! Trăng sao theo họ đi, chúng ta... ngồi "theo dõi"!

Chúng ta không cần nghe họ nói / vì chúng ta biết họ "nói" gì... Có lúc chúng ta cười khì: Họ Nói Gì Kệ Họ!

Đó, là điều rất khó để tôi có bài thơ...
Đó, cũng là giấc mơ... tôi đi theo giấc mộng!

*

Tôi ngồi một chỗ trống nhưng núp bụi cây che.
Tôi thấy người con trai quỳ dâng cho người con gái nọ...

Một cành hoa, hoa nở, màu vàng như màu trăng...
Màu vàng như sương trên sông. Người con gái cúi xuống...

Tóc nàng như lúa ruộng phủ xuống cánh đồng khô! Mùa này không có mưa, lúa chín rồi sắp gặt!

Chúng ta ơi đừng lắc / cái đầu, nha! Trăng rơi!
Bạn của chúng ta ơi – Chàng ngỏ lời rất đẹp:

"Ở đây, Tầm Xuân biếc, không có anh trao em.
Hoa này chưa có tên, từ nay em đặt nhé!".

Nụ hoa vàng ứa lệ. Người con gái gục đầu. Cầm tóc ven vén lau: "Anh! Hoa Quỳ Yêu Quý!".

*

*Chúng mình về được nhỉ? Hoa có tên... từ nay. Hoa quỳ vàng rực bay... đẹp ơi là Đà Lạt!*

### *Nghĩ Vụn Nhân Mùa Đông*

Nếu thế giới hòa bình, mùa Đông chắc ấm lắm?
Hai tiếng rét đậm, rét sâu, rét dữ... không ai nói ra chi?

Mà Hòa Bình là gì? Là Xếp Hàng và Chạy? Hay Vừa Chạy Vừa Xếp Hàng? Nhiều người rất ngỡ ngàng: mình không có hàng ngũ...

Mình có Nhà Thờ để vào đó,
nguyện cầu!
Mình có Nhà Chùa để vào đó,
quỳ trước Phật.

Hãy nghe tiếng chuông ngân. Tất cả đều ở gần, tiếng chuông xa thẳm thẳm! Mồ hôi của người này hòa quyện với người kia. Mồ hôi không chia mà chung trong một Hội Trường đầm ấm.

Người có Đạo sống bên nhau đầm thắm.
Chiến tranh vô đạo!
Hòa Bình không có!
Trên mặt đất bớt dần những bia mộ...

Chiến tranh làm người ta khổ.
Tại sao lại có chiến tranh?
Chiến tranh mở màn thì nhỏ, sau đó thì to...
Thi sĩ hết làm thơ! Mùa Đông thành giấc mơ nồng
nặc mùi thuốc súng!

Tiếng chuông Nhà Thờ ngân nga
gần gần xa xa...
Tiếng chuông Chùa boong boong...
buông buông... buông bỏ hết!

*Mùa Đông thảm thiết...*
Ucraina dân rét. Lính Nga, lính Ucraina chết
Sống chẳng qua là qua ngày!
*Mùa Đông dài ít nhất một trăm hai mươi ngày?*

### *Gió Mùa Đông Tê Điếng Bài Thơ*

Thư gửi bằng email
không dán tem
gửi đi hoài... mà quên?
nên không thấy hồi âm gửi lại!

Ở thì mình quên
cho lòng mình thoải mái!
Ngó ra trời trống trải,
bến bờ đâu cho email ghé về?

Sau một đêm ngủ mê
uống thuốc ngủ gấp đôi cho mình ngủ thiếp,
sáng mở máy ra... không kịp
đọc email reply như đọc sớ dâng Vua!

Đường xe lửa trăm năm hoen rỉ
chẳng sao mà... vì ta có tàu bay,
ta có tàu thủy đi đó đi đây...
thì xe lửa cũng là tàu để nó ở trong âu thuyền cũng
phải!

Người Bắc người Nam như con trai con gái
chưa có tình thì hai mặt ngó lơ,
nên những con tem thư
càng ngày càng lên giá!

Một đồng đô la bây giờ không mua được gì nữa cả!
cứ một đồng thì thuế mười phần trăm
vò tờ giấy bạc bỏ vô túi quần
nó không chịu yên mà lăn ra bãi rác...

*

Gửi thư dán tem thì thư đi lạc,
gửi email dì thì... lác đác mây bay.
Mây bay về chân mây.
Anh nhớ chân mày của em, nhớ quá...

Cái gì đã quen mà không có một ngày hóa lạ?
Có con sông nào chỉ một đầu sông?
"Quân Tương Giang đầu, thiếp Tương Giang vỹ,
cộng ẩm Tương Giang thủy, tương cách bất tương
kiến!"

*Mười tám chữ thơ, buồn tay ném liệng,*
*Gió mùa Đông tê điếng thời gian...*

## *Chữ Gì*
### *Mình Cầm Lên Tay Thấy Nặng*

Mới 3 giờ hai mươi hai
*pmmmmmmmm*
mặt trời đã đi ngủ!
hết một ngày! Chóng quá, ôi chao!

Anh đang đứng chỗ nào?
Đố em! Mặt Trời Yêu Quý!
Em à, đầu Thế Kỷ...
vậy mà Năm Mươi Năm!

Bao nhiêu lần trăng Rằm?
Bao nhiêu lòng nguyên vẹn?
Non Nước đi có hẹn...
Ngày về... đâu Quê Hương?

Anh đang bờ Tây Thái Bình Dương
Em bờ Đông đại hải.
Đông, Tây, trời xa ngái,
Bắc, Nam, mặt quay lưng!

Thế mà xưng anh hùng!
Thế mà xưng huynh đệ!
Người đi từ tuổi trẻ,
nay, tuổi xế, chưa về...

*Nước – Non nặng một lời thề,*
*Nước đi đi mãi...*
Thơ Tản Đà, có phải?
Hay "Không Có Gì" để mình đừng thở than!

Bao giờ người ta lại nhớ Bà Huyện Thanh Quan:
"Bước tới Đèo Ngang bóng xế tà, cỏ cây chen đá lá chen hoa... ".
Hồ Xuân Hương xót xa:
*"Một đèo! Một đèo! Lại một đèo, khen ai khéo tạc cảnh cheo leo!"*.

Buồn quá Trần Dần ơi:
*"Tôi đi không thấy phố không thấy nhà,*
*chỉ thấy mưa sa... mưa sa... "*.
Em ơi ngửa bàn tay cho anh hôn một miếng!

*

Thơ anh dễ thương
em đọc nha, đừng liệng,
giấc hiền mơ chỉ có ngày xưa!
Bây Giờ Mới Xế Trưa Sao Mặt Trời Đã Lặn?

Mặt Trời là Nguồn Của Ánh Sáng!
Hướng Đông kìa, nước Nhật Bản ra sao?
Anh không tin em-còn-nước-mắt để trào
Anh... cũng hết tin anh có bữa nào trở về Cố Quận!

*Chữ gì mình cầm lên tay thấy nặng?*
*Chữ Đá Vàng, em ạ, thưa Em!*

## *Gom Lá Hơ Đông*
### *Mong Ấm Lòng Nhân Thế*

Tôi gom hết lá mùa Đông còn sót đốt nhìn trăng chờ đêm Noel. Còn tuần nữa là còn bảy đêm, lạnh sẽ bớt được chút nào, mong thế...

Nhà ở Mỹ, một chút vườn nhỏ bé, trời vẫn bao la không giới hạn nào.

Lá không nhiều nên ngọn lửa không cao không vượt quá cái phiền hàng xóm...
Tôi nghĩ đến em bé bán diêm góc Nhà Thờ, chồm hổm, bật que diêm rồi bật hết hộp diêm, lạnh tay run mà lại ấm trong lòng... rồi em chết từ hai chân bất động...

... rồi hai tay của em cũng cứng. Cái dầu em gục xuống ngực, làm thinh. Hồn em bay, bay lên trời xanh, trăng đổ lệ cho mây đưa Ngoại tới.

Bà Ngoại của em không cần chờ đợi. Em sà vào lòng Ngoại và khóc như mưa. Mười năm của em, mười năm tuổi thơ, một truyện đời xưa Noel còn cái bóng...

*

Bảy đêm nữa chuông Nhà Thờ vang vọng đưa em về bật tia lửa đơm hoa, biết đâu chừng thiên hạ người ta đều là Ngoại của em yêu quý?

Tôi gom lá mùa Đông, bật diêm, suy nghĩ... viển vông và tôi nghĩ viển vông... lá cây ngô đồng... lá cây ngô đồng... chiếc đầu tiên vàng rụng...

*Có chiếc sau cùng biết đâu rơi trúng lòng mùa Đông, lòng của nhân gian. Ánh trăng tan. Trời biển mênh mang. Bốn bờ rào lao xao tình lối xóm...*

### *Mùa Đông Đang Bay Qua Với Gió*

Mùa Đông đang bay qua với gió.
Gió không nhiều. Vừa đủ lạnh mùa Đông!
Em cũng bay qua, em là hoa là cỏ
trước mặt anh mà, mùa nào cũng nhớ nhung!

Em Dốc Nhà Bò lên Dốc Nhà Làng Đà Lạt
mỏi đôi chân chắc có gió thổi em đi?
Anh thấy áo em xanh, xanh xanh màu của núi,
anh thấy tóc em huyền, em chớp chớp đôi mi...

Anh thấy em thôi, anh chưa thể về
dẫn em lên Đồi Cù ngó người ta thủ thỉ,
cùng em đi một quảng đường Hồ Xuân Hương,
nói cho em nghe: gió đây mát lạnh như là gió Mỹ...

Mà em ơi... đường ở đâu cũng là đường Thiên Lý
Đi bằng xe, mình đi bộ... quá xa!
Nói Đà Lạt, chỉ nên là Đà Lạt,
Con Dốc Nào Người Cũng Kêu Là Nhà...

Dốc Nhà Bò, Dốc Nhà Làng cao thật
vẫn thua em: Anh Yêu Quý Vô cùng...
Em là Quê Hương, em là Tổ Quốc,
hôn em nha, cái cần cổ Bà Hoàng!

*Gió mùa Đông... bay bay trên Langbian,*
*mình ghé Lạc Dương, ghé thăm ngôi trường cũ,*
*anh chỉ cho em thấy đám mây nào đang giấu*
*cái mặt trời... Thưa Em Môi Em!*

## Em Nở Bên Trời Một Búp Lan

Nếu có một hôm anh nói rằng em à em đẹp quá như trăng em cười có lẽ hàm răng sáng trời đất chỉ còn em mỹ nhân!

Nếu có một hôm em ngậm ngùi không còn chinh chiến lại xa xôi rồi em chải tóc theo con suối em hóa dòng sông sóng biếc trôi...

Nếu có một hôm một buổi chiều em nhìn ra ngõ nhớ người yêu mà ai em nhỉ anh không biết chỉ biết trời đang sắp có sao...

Ngôi sao nào xa là sáng nhất được gần em lắm biết chừng mô như Hương Giang chở hoài mơ mộng sao kẻ bên Ngô kẻ ở Hồ?

Có những câu thơ không dấu ngắt để em như liễu ở hồ Xuân mình còn Đà Lạt còn thương mến với những chiều mây bỗng hóa sương!

\*

*Em đừng nghĩ ngợi gì em nhé mà tình tâm lòng cho nhẹ nhàng xa xôi anh hứng hoàng hôn xuống em nở bên trời một búp lan...*

### *Bài Thơ Này*
### *Em Ngủ Dậy Là Em Thấy Thương*

Chắc chắn hôm nay nắng sẽ lên muộn em à!
Bây giờ sáng đã qua, mặt trời chưa mở mắt!
Xe mở đèn không tắt. Phố xá mờ mờ sương...
Anh để xuống nụ hôn, môi em vầng nguyệt nhé!

Con mắt em, giọt lệ, ai biểu mà nó tròn?
Mũi em là đỉnh non, tuyết bay bay trên đó...
Hơi thở em là gió. Gió mùa Xuân. Tết rồi!
Anh nói, em bật cười: "Sáng trưng kìa, ngoài ngõ!".

Ờ nhỉ, hoa đang nở, tại vì em đấy nha...
Chưa bao giờ mình xa từng câu thơ em nhỉ!

*

Rồi... nắng đã lên, một tí!
Nắng! "Nắng lên được một sào!"
Tổ Quốc ta xưa, sau...
vẫn là câu ngộ nghĩnh!

Tôi nhớ thời tôi lính, nghe lính nói... ngẩn ngơ!
Nắng mới lên một giờ sao tính bằng sào vậy? Lính
chỉ cái sào vắt ngang hai cây bông giấy: nó dài hai
thước mấy, nắng lên chừng đó mà...

Bây giờ tôi thấy hoa nở từ em yêu dấu.
Nắng lên chắc nắng đậu mãi mãi dầu tóc em...
Tôi nghe tiếng trái tim gợn âm ba tờ giấy
Bài thơ em sẽ thấy, lát nữa, chờ nha cưng!

\*

*Ai có lòng sáng trưng mà không yêu thơ chớ?*
*Bài thơ này, em ngủ, dậy là em thấy thương...*
*Email, tôi gửi nụ hôn: Anh Hôn Em Buổi Sáng!*
*Email nàng, đáp lại: Tình Yêu Ơi Muôn Năm!*

## *Nước Xanh Trong Nắng Chảy Nước Xuôi Dòng*

Ba hôm nay ngày bữa nào cũng nắng. Lạnh vẫn là cái lạnh của mùa Đông! Nước xanh trong, nắng chảy, nước xuôi dòng. Nắng và nước chắc đi tìm mùa Hạ?

Người hứng nắng tô hồng hồng hai má, chào người dưng đi ngược tưởng người thân. Đường dẫu xa có hoa nở nên gần? Chim vui vẻ hót vang lời âu yếm...

Đời có dịp không cần chi tiết kiệm, tôi ngỏ lời với con bướm bay ngang. Rất ít khi mình thấy được bướm vàng... Tôi nghĩ đó là nàng Tiên đang múa...

Tôi nhớ thơ Chế Vũ: "Tôi yêu nàng Chiêm Nữ trên đá múa như hoa...". Phan Rang chừ quá xa, những ngọn tháp chắc vẫn mượt mà hoa cỏ cũ?

Nắng rực rỡ... Nhớ quá đi, Cà Đú... Nhớ cả rừng Cà Tót gió vi vu... Cỏ và hoa nắng vàng như mơ. Thời nhỏ dại tôi thương người áo đỏ!

\*

Chừ áo đỏ, áo vàng, áo tím... Nắng đang choàng kỷ niệm bâng khuâng! Tôi đang gần, gần lắm cuối năm, có nên nói với ai rất âm thầm không nhỉ?

Đường phố dây không dường vạn lý, những số nhà đều số của người ta! Áo đỏ xưa bay nắng gió chan hòa... Hơi thở nhẹ đủ thay lời tình tự...

*Lát, tôi sẽ đi mua con tem tứ xứ dán phong bì gửi về thăm Cố Hương!*

*Ảnh: alinojocaru @ Shutterstock*

## Tôi Làm Con Thuyền Giấy

Tôi làm con thuyền giấy / thả trôi. Dòng nước trôi.
Dòng nước về xa xôi / chở tôi niềm thương nhớ...

Thuyền ơi thuyền đừng lỡ / đừng tấp nhé vào bờ /
đừng để tan bài thơ / đừng làm lòng tôi xót...

Sông nào nước cũng ngọt
Lồng lộng bóng bầy chim...

Có dòng sông nào êm? Hình như là không có!
Hình như những cơn gió / làm cho sông lao chao...

Hình như hai cây đào / cũng nói những điều đó?
Em ơi tôi thương nhớ / em / mà hoa rơi. Rơi...

Mấy mùa Xuân qua rồi / Xuân về hoa nở lại / em mang đời con gái / mười hai bến nước đi!

Tôi ôm tuổi Xuân Thì / sợ mà môi tím rịm / thương em lên rừng kiếm / trái sim / nghe súng reo...

Bao năm ở Cheo Reo / nhiều năm về Bảo Lộc / nhớ em tôi muốn khóc / Đà Lạt tôi cũng xa...

Tôi mang về tuổi già / tạ một đời lính trẻ. Tôi mang về khúc mía / mong thấy em ngồi nhai...

*Tôi nhìn mây. Mây bay. Tôi nhìn sông nước chảy. Tôi làm con thuyền giấy... thả trôi trong bơ vơ...*

## *Hai Ngày Nữa Noel*

Mùa Đông chính thức tới / chỉ mới có hai ngày ⁽*⁾...
thế mà cả hàng cây / giống như chào vĩnh biệt /
một ai đó rất thương...

Nước mắt thành mù sương / đọng trên từng kẽ
gạch. Có một cuốn sách lật, ai đó đọc nửa chừng...

Có câu "Nửa Chừng Xuân"; "Nửa Chừng Đông"
chưa há? Có một chiếc lá / rơi nằm bên nó, kìa...

Vài người khép nép đi, không ai buồn quan sát...
Họ nhìn lên đỉnh tháp / Nhà Thờ Lễ Giáng Sinh.

Cây thông... cây thông xanh / người ta giăng ngũ
sắc / những dây đèn chớp mắt / lung linh... và lung
linh.

\*

Bạn ơi, đừng giật mình: Tôi cúi lượm cuốn sách.
Tôi thấy giọt nước mắt / của tôi cũng vừa rơi...

Tôi đọc được vài lời / của nhân vật trên giấy: "Anh nhớ em hồi nãy, bây giờ anh nhớ hơn...".

Trang sách không trống trơn / chỉ một lời như thế.
Cuốn sách dày dáng nể... Vui, buồn, tôi sẽ xem...

Hai ngày nữa Noel. Đường mùa Đông tôi dạo. Vài đám mây có Đạo / bay qua mái Nhà Thờ...

Suối tóc ai như mơ / chảy ngang qua thành phố.
Tôi yêu nơi tôi ở mơ hồ như Cố Hương...

---

(*) *Năm nay, 2024, Mùa Đông chính thức tới kể ngày 21 tháng Chạp...*

### *Nhiều Hoàng Hôn Cũng Thế*
### *Nắng Vàng Bỗng Rưng Rưng*

Hôm nay hăm bảy Chạp, vài ngày nữa, Tân Niên. Lạnh chỉ nhiều một đêm, hết Noel thì hết...

Hết năm luôn, là Tết! Ai vui biết mình vui. Ai ngậm ngùi? Kệ họ! Tin Việt Nam xếp xó; tin thế giới, tào lao...

Chuyện đời, chuyện chiêm bao, chẳng có gì chuyện thật. Con ong mật làm mật, mà mật đó, không ăn!

Y chang người Việt Nam, làm lúa để xuất khẩu (phải xay xát thành gạo mới bán được cho người).

Vài chuyện... dã trời ơi. Nói thêm chắc pể pụng? Mỗi ngày ta được sống theo lịch bay gió dùa...

Mỗi ngày tôi làm thơ, buồn buồn nhìn lại nó, tôi thấy được cơn gió bay phớt qua tấm lòng!

Yêu! Tình Yêu núi sông, những cánh đồng, rừng rú, nhưng con chim, con thú... đẹp, xấu gì... cũng yêu!

Thế là thơ có nhiều, tháng ngày qua có bớt... Lời nào nghe ngọt xớt? Lời tình nghĩa, phải không?

Mấy hôm nay mùa Đông bềnh bồng bông tuyết nở. Nhớ giọng hò của Huế... Nhớ ai, ai ngày xưa...

\*

Em ơi, câu đó, thơ, viết cho em rồi nhé! Em hôn đi, diễm lệ. Em cầm đi, diễm tình...

Mai mốt về Di Linh tìm Ma Soeur thăm hỏi - thăm thôi chớ không nói coi thử buồn bao nhiêu...

*Có nhiều khi chiều chiều không hiểu sao ứa lệ, Nhiều hoàng hôn cũng thế... nắng vàng bỗng rưng rưng!*

## Áo Đỏ Vờn
### Như Bông Giấy Bay

Hiếm có khi nào bông giấy rụng,
thế mà gió thổi phất phơ hoa...
đưa tay tôi hứng hoa, thương lắm,
cứ ngỡ hoa như bạn tới nhà!

Ở nhỉ biết chừng đâu gió nổi
áo dài em đỏ gió ngờ chăng?
Thổi từ phương Bắc nơi em ở
đưa bước em từ đó xuống Nam...

Áo em màu đỏ hoa màu đỏ,
hoa mặt trời bên cửa sổ xanh,
em tóc huyền mơ mong gió chải,
đẹp như thiếu nữ hiện trong tranh...

Rồi em bước xuống thềm khuê các,
một chút duyên làm điệu chút thôi,
vẫn học trò xưa, đâu có khác,
dịu dàng hơn ở tuổi đôi mươi...

Cô học trò xưa, sinh viên giờ,
mảnh mai bông giấy thuở nào xưa...
Đã hai Thế Kỷ, thưa Trời Phật:
hoa một tên là Hoa Tương Tư!

*

*Gió thổi. Hoa bay trước ngõ nhà,*
*Em và tôi mãi mãi mình xa...*
*Thời gian giữ mãi niềm thương nhớ*
*Em - áo - màu - hoa... một sắc hoa!*

## Happy New Year

Thế là đêm Noel qua,
tàn khuya cuộc Lễ, người ta đi về...
Chúa nằm, sương phủ màn che
người đi bước nhẹ, phố lẽ bâng khuâng!

Thế là... rồi cũng một năm,
một đêm, nửa mảnh trăng Rằm, vẫn đêm!
Câu thương chúc tụng không quên,
rưng rưng là bởi tại đèn rưng rưng...

Em về kẻo Mẹ Cha mong
anh về thương khúc đường vòng, tại sao?
Tại em, con mắt ngọt ngào
và đôi môi thắm hoa đào sắp Xuân!

*

*Bây giờ... vài bữa, tàn năm*
*mình nhen lửa đợi đêm Rằm nhé em!*
*Nhãn lồng chắc đợi chim quyên*
*cây thơm từng nhánh, chim chuyền từng cây...*

## Một Bài Thơ
## Thách Em Không Thương

Đã tám giờ hơn: thành phố lặng, mặt trời không nắng dễ không lên? Tôi thì đã dậy và tôi nhớ: Không nhớ ai mà chỉ nhớ em!

Ngộ nhỉ! Khi không thơ thế đó! Bắc? Nam? Đó! Đấy! Có làm sao? Lẽ nào mình viết thơ phân biệt? Ngoài với Trong chi cũng một Đàng!

Em, Bắc Kỳ, nho nhỏ, dễ thương? Em, Nam Kỳ, em dân Sài Gòn? Em thì có thể hơn tôi tuổi, có thể em còn... đứa bé con!

Kệ nó! Nhớ thôi là nhớ dù... đòi chi cho khổ để bâng khuâng? Ngày, tám giờ hơn còn ám ảnh...đèn đường một dãy đứng cô dơn!

Ai cô dơn cho bằng chiếc xe, ban mai tới sở, tối tăm về, nằm im khối sắt không mền, chiếu, lạnh, nóng thế nào... nó nín khe...

*

Buồn hay vui mà tôi có thơ? Nào ai thức, ngủ, để mong chờ? Nước Non mình núi, sông, nhiều lắm... ai nghĩ về không chút ước mơ...

Sẽ có một ngày tôi thả gió... bay theo lối bụi thế gian này... như chim sẽ bỏ rừng trên núi... nó cũng bay cùng cát bụi bay!

Sáng, cố lắng tai nghe sóng vỗ, bây giờ Long Beach mặt trời sao? Biết đâu còn ngủ trong lòng biển, em ở lòng anh..., nói thế nào?

*Nói Nhớ! Đủ nhen, anh rất nhớ em từ ngón út đến bờ vai. Em từng sợi tóc nằm ngoan nhé... rồi mượt mà bay một sớm mai...*

### *Thơ Lục Bát Làm Chơi*

Mai về, vẫn cỏ lề xưa... vẫn con bướm với chùm hoa nở vàng... Ở mà sao tôi lang thang, nhớ áo ai vậy, gió hoàng hôn bay...

Mai về hôn em ngón tay, hôn em con mắt, hôn vai tóc thề... Đúng là thơ nói như thế, được hay không được chẳng gì bận tâm!

Có ai mà chẳng lỗi lầm, đến cát bụi, đó, ngàn năm trở mình. Một là... hãy cứ lặng thinh, hai là cứ hứa dẫu dành sẽ không!

Mai về còn núi còn sông... mà cánh rừng cũ ai bồng đi đâu? Rừng còn, còn con suối sâu, rừng mất, con suối phơi màu lá khô...

Má ơi con kiếm mà mồ của Nội, của Ngoại, chỗ Cô Tư nằm... Lẽ nào cỏ cứa gót chân nghe đau thấu tới ruột gan bao giờ...

Vườn cau trái chín vàng mơ, chiến tranh còn lại cái bờ rào kia? Hết nghe tiếng súng mà lìa để mai hay mốt ngày về chiêm bao!

\*
Có người nói Lục Bát sao giống như nước mắt ứa trào so le. Giọt nào chảy ngược lên mi? Giọt nào thấp thoáng Xuân thì dở dang?

*Tại em chớ bộ, áo vàng, hoàng hôn em gói gửi chàng làm thơ...*

## *Chỉ Một Câu Mà Cũng Rất Thơ*

Sáng nay tôi chưa bài thơ nào / tôi đang còn chăng trong chiêm bao? Đèn mở. Còn khuya, giờ đã sáng / sao hồn tôi hồn tôi bay nơi nao?

Có lẽ tôi buồn? Không định nghĩa! Tôi buồn, có lẽ nhớ Quê Hương? Con đường xe ngựa đi vang sỏi, mỗi nhánh cỏ là một. nhánh sương...

Ai xõa tóc kia? Ôi mái tóc! Vàng hoe con suối lá vàng Thu. Vàng hoe một cặp nai ren rén / uống nước lung lay chòm núi cao...

Sáng nay, cửa sổ, tình yêu đến... Nghe gió vi vu tưởng tiếng giày... Tiếng đế giày dinh thời chiến địa / vang vang buồn ơi bao chân mây!

Tôi sẽ làm sao? Thôi kệ nó! Tuổi trời nhẹ lắm một làn hơi... Bao nhiêu bụi bặm còn trong mắt / nghe xốn tim gan đến cuối đời!

*

Lát nữa cà phê tôi tự làm... thương hoài thương mãi nhé Liên Khương! Cà phê em hái trên sườn núi, em phơi khô và em gửi sang...

*Màu của Quê Hương: đôi mắt đỏ! Màu của Non Sông... màu mờ mờ... Ơn em, tôi đã làm thơ được! Chỉ một câu mà cũng rất Thơ!*

### Đóa Hoa Màu Tím
### Tưởng Nàng Bóng Mây

Giờ này chắc đã chưa trưa, bởi sương nhiều quá, ngày chưa rạng ngày...

Giờ này, giờ của chim bay, biết đâu biển Bắc hay Đoài, chẳng sao...

Nhớ em muốn được cúi chào màu xanh của núi cũng màu của sông.

Biết đau lắm chớ tấm lòng của người tàn cuộc đời không còn gì...

Không nhìn nữa, không chớp mi. Thời gian cứ tới và đi, không về...

\*

Chẳng hiểu sao gọi tóc thề, minh sơn thệ hải... bốn bề vậy thôi!

Con chim thì gọi chim trời, con thú với lại con người... thế gian!

Lát rồi sương chắc sẽ tan, chiếc xe bus học trò vàng chạy qua...

Biết đâu trưa có trăng tà... nhìn trong cái tách thấy xa xa buồn...

Nghĩ thầm đó cũng là sương! Ngôi Nhà Thờ sẽ rung chuông...Rồi chiều!

Rồi nhìn đâu cũng hoang liêu... chữ Thương Mến, chữ Tình Yêu... một hàng!

*Sử hồng có lúc sang trang, đóa hoa màu tím tưởng nàng bóng mây...*

# Bạt

Thiên Nga email cho tôi biết đã giúp biên tập xong tập thơ thứ 10 như đã hẹn. Thiên Nga dặn thêm tác giả nhớ viết bài Bạt nha nha. Lúc đó đang tinh mơ ngày Thứ Sáu sau Noel 2024. Tôi nhẩm tính: để Chúa Nhật này. Bốn trang thôi mà... Và tôi trả lời: "Chúa Nhật nha!". Trong thanh lặng của không gian thời gian vô tận, tôi đọc báo online và dạo chơi Face Book tìm xem hoa nở...

Bạn ơi, tôi đọc được bài của Phạm Hiền Mây viết cho Khánh Trường. Bài khá dài, rất cảm động. Rất là Thơ! Tôi chưa gặp Phạm Hiền Mây bao giờ nhưng qua các tập sách Phạm Hiền Mây đã xuất bản, qua Face Book, tôi nể nang Phạm Hiền Mây vô cùng. Phạm Hiền Mây đồng nghiệp của tôi: Phạm Hiền Mây tốt nghiệp Sư Phạm, đi dạy một thời gian khá dài... Tôi từng đi dạy hơn mười ba năm thì đành đoạn. Phạm Hiền Mây đi dạy mười năm rồi thôi... Tôi không biết gì về cuộc đời đi dạy học của cô giáo Phạm Hiền Mây nhưng tôi cảm thấy rất ấm áp khi đọc sách của Phạm Hiền Mây. Tôi nhớ thương học trò, Phạm Hiền Mây yêu quý chữ nghĩa. Phạm Hiền Mây ở trong nước, làm tròn bổn phận công dân, Phạm Hiền Mây có thơ in ở ngoài nước và anh chị em tha hương ai có đọc Phạm Hiền Mây đều nói giống nhau: Phạm Hiền Mây như đám mây hiền...

Có một người trân trọng Phạm Hiền Mây công khai, đứng ra biên tập và khai sinh đứa con tinh thần của Phạm Hiền Mây ở Mỹ và dẫn Phạm Hiền Mây đi thăm mình rất nhiều ngày tháng tới lui ở bệnh viện. Người đó là Khánh Trường - một tàn binh bại xuội, một nhà văn, nhà thơ, nhà hội họa, nhà báo... không qua trường lớp nào mà giỏi giang kỳ lạ! Chuyện gì mà Khánh Trường làm ở Mỹ cũng xuất sắc, kể cả nghề khuân vác. Khánh Trường là một thuyền nhân vạm vỡ, tuyệt vời và rất khả ái! Tôi có đi dạo qua các công trình "văn hóa" của Khánh Trường, trên báo, các phòng triển lãm và tôi cũng là độc giả dài hơi của tờ báo Hợp Lưu do Khánh Trường "can đảm" dựng lên, nuôi nó đến những cái ngáp ngáp nghẹn ngào... Tôi có đến nhà Khánh Trường cùng nhiều bạn... để nhậu. Chúng tôi uống bia, Khánh Trường uống rượu mạnh, uống chút xíu. Khánh Trường thích cười, thích nói mà cười thì thấy nụ cười, nói chỉ nghe thều thào... Kệ! Cứ dô dô... Người dễ ghét là tôi vì tôi đi xe ké của nhạc sĩ Nguyễn Phúc Liên Kỳ, anh chàng không bao giờ uống rượu và nếu đi chơi xa phải về nhà trước 3 pm, 4 pm; Liên Kỳ chia tay bè bạn vào lúc 2 giờ chiều, thành ra thói quen, và Khánh Trường thều thào: "Ông Hai Giờ". Liên Kỳ lên xe, tôi cũng lên xe. Đường xa...

Nhớ nhất chuyện Phí Ích Bành, em của Phí Ích Nghiễm tức nhà văn Dương Nghiễm Mậu. Bành hay tới thăm Khánh Trường, uống rượu, một đêm lái xe về hun trụ đèn, tỉnh bơ gọi Cảnh Sát để chịu phạt... Phạt nặng! Bành tự nhiên mất cách nay cũng đã một năm... Anh em rất ngạc nhiên, mà thôi... kệ hết! Khánh Trường hay nói tào lao nhưng được cái là không hề chửi thề...

Phạm Hiền Mây viết như thế này, như thế lày, lầy lụa, này nụa...

***Khánh Trường - Hoàn Tất Cuộc Rong Chơi!***

*Khoảng mười một giờ đêm qua, nhà văn T.N nhắn tin cho tôi biết, gia đình sẽ quyết định rút ống thở của anh Khánh Trường, sau mười ngày hôn mê sâu, vào Thứ Sáu này, 27.12.2024, lúc 13pm, giờ Cali.*

*Và mười giờ sáng nay, nhà văn Vu H Nguyen, sau khi gặp chị Oanh, cũng nhắn tin cho tôi hệt thế. Tôi đọc xong, rất khó khăn mới có thể trả lời, dù biết sự ra đi của anh ấy, trước sau, sớm muộn gì, cũng sẽ đến, và đó là lẽ đương nhiên, nhưng với những người mình thương quý, sao vẫn nghe nhói nơi tim.*

*Đau lòng quá.*

*Anh ước sẽ về nước Trời, nơi cực lạc, nơi không còn nỗi thống khổ, hay anh mong sẽ tái sinh vào kiếp sau, tiếp tục làm thân người, hả anh Khánh Trường?*

*Nếu làm thân người, mong anh thôi không còn sinh ra ở một đất nước: triền miên chia ly, nước mắt; triền miên chiến tranh, bom đạn, hận thù; triền miên đói khổ, buồn lo.*

*Nếu làm thân người, chúc anh lại một lần nữa cầm cọ, cầm viết, nhưng thôi, không bệnh tật, nhưng thôi, không viễn xứ.*

*Kiếp sau, đời thiệt vui, anh nhé.*

*Anh đi thong thả. Thong thả như khi vừa hoàn tất một cuộc rong chơi, cuộc rong chơi kéo dài bảy mươi bảy năm. Chiều tàn rồi, hoàng hôn tắt rồi, chân mỏi rồi, về nhà, nghỉ ngơi thôi.*

*Mười năm làm bạn văn với anh, Mây chẳng gì hối tiếc.*

*Thương quý và nhớ về anh mãi mãi, anh Khánh Trường ơi!*

*Sài Gòn 27.12.2024*
***Phạm Hiền Mây***

\*

Bài Bạt là bài có nội dung như bài Tựa, để in phía sau tập sách. Tác giả viết hay ai viết cũng được. Nhờ ai thì không ai có thì giờ... mà mất công! Tôi viết lấy thôi, cho tôi. Biên Tập Viên cuốn sách của tôi không ép buộc tôi điều gì...

Tôi hứa với Thiên Nga tôi viết trong vòng bốn trang. May quá, Phạm Hiền Mây cứu bồ! Tôi chỉ trích một đoạn nhỏ của Phạm Hiền Mây viết dau đớn về Khánh Trường mà tôi đọc tôi buồn gần như cả một đại dương! Thiên Nga tùy nghi xếp đặt nhen!

Hôm nay là Chúa Nhật ở California (miền Tây nước Mỹ). Đang 5 giờ sáng tức là 8 giờ dêm ở Việt Nam, cùng ngày Chúa Nhật, tôi mong tôi gửi về kịp để giữ đúng lời hẹn...

*Trời mù mù sương.*
*Lạnh khiếp Chúa ơi!*

**Trần Vấn Lệ**

## Mục Lục

| | |
|---|---|
| ***Thay Lời Tựa*** Trong Nắng Hoàng Hôn | 5 |
| Đủ Rồi Cho Một Bài Thơ | 9 |
| Tóc Gió Bay | 10 |
| Hành Phương Tây | 12 |
| Ngày Đầu Tháng Sáu | 13 |
| Một Ngày Nữa Một Ngày | 14 |
| Tháng Sáu Châm Điếu Thuốc Treo Buồn Lên Nhánh Cây | 16 |
| Bài Thơ Này Thơ Bình Minh | 18 |
| Vĩnh Biệt Thầy Lê Phỉ Đà Lạt | 20 |
| Nghe Tiếng Chim Chào Tháng Sáu | 22 |
| Tất Cả Lặng Lẽ Đi Những Con Sông Ngày Tháng | 23 |
| Bạn Bè Không Thấy Trên Khung Máy Một Khoảnh Sân Đầy Những Mảnh Trăng | 24 |
| Xa Mấy Vẫn Thương Mà Tóc Mai | 25 |
| Ngày Của Mẹ Ngày Của Hoa Hồng Ngày Của Cha Ngày Hoa Hồng Rực Rỡ | 26 |
| Xanh Quá Em Ơi Biển Với Trời | 28 |
| Câu Thơ Này Làm Chứng | 29 |
| Vẫn Trời Mờ Hơi Sương | 30 |
| Thương Quá Ai Áo Lụa Qua Cầu Áo Gió Bay | 31 |
| Thơ Trên Đồi Thông Long Lanh Màu Nắng | 32 |
| Có Một Câu Thơ Sáng Nay | 35 |
| Gió Len Lau Lách Con Đường Gió | 36 |
| Tám Giờ Hơn Bình Minh Chưa Dậy | 38 |
| Một Giấc Mơ Dễ Thương | 39 |
| Bong Bóng Bay Hỡi Bạn Hỡi Bè Những Ngày Thơ Dại | 40 |
| Mỗi Ngày Một Lặng Lẽ | 42 |
| Em Là Ngàn Thông Rung Phấn Bay Đầy Anh Những Bài Thơ | 43 |
| Ngày Đầu Tháng Bảy Tây | 44 |
| Bài Thơ Dễ Thương Cho Vườn Bích Câu Đà Lạt | 45 |
| Mình Đâu Có Hẹn Đường Thiên Lý Em Rất Xinh Vì Em Có Hương | 46 |
| Nắng Đâu Có Ướt Sao Nắng Lại Long Lanh | 48 |
| Nắng Rực Rỡ Chiêm Bao Nắng Nghẹn Ngào Giọt Lệ | 49 |

| | |
|---|---:|
| Bài Thơ Mưa Nắng | 50 |
| Khi Gặp Một Bài Thơ Hay | 51 |
| Mỗi Ngày Một Bài Thơ Cho Con Dốc Xưa | 52 |
| Bay Hết Đi Hỡi Sương Mù Đà Lạt | 54 |
| Tôi Gói Bài Thơ Bằng Giấy Kẹo Em Cầm Vui Nhé Lễ Ngày Mai | 56 |
| Hôm Nay Trời Thật Đẹp | 58 |
| Trước Thềm Mùa Thu Đất Khách | 60 |
| Mai Mốt Mùa Đông Lạnh Lẽo Về | 62 |
| Chẳng Ai Đi Ngang Áo Trắng Bây Giờ | 65 |
| Sau Bốn Ngày Cho Thơ Nằm Bệnh | 66 |
| Đêm Thất Tịch Năm Nay Không Có Mưa | 68 |
| Dốc Nhà Làng Em Còn Nhớ Nó Không | 69 |
| Một Lớp Học Đầy Thơ Những Khuôn Mặt Đầy Nhớ | 70 |
| Bài Thơ Này Tôi Nhắc Tới Yên Thao | 72 |
| Trở Trời Trời Trở Hôm Nay | 74 |
| Tóc Gió | 75 |
| Ngủ Tiếp Đi Em Em Còn Nhiều Những Giấc Mơ | 76 |
| Hình Như Gió Bay Phấn Nụ Hoa Nào Long Lanh | 78 |
| Đi Tìm Một Định Nghĩa | 80 |
| Nhớ Những Nẻo Đường Quanh Quẹo Núi Nhớ Đà Lạt Lắm Nắng Trong Veo | 81 |
| Gặm Khúc Bánh Mì Nghĩ Ngợi Lung Tung | 82 |
| Bốn Chín Năm Dài Thế Chưa Đứt Hơi Thở Dài | 84 |
| Happyyyyyyy Tết Trung Thu | 85 |
| Tiếng Gió | 86 |
| Cánh Phong Lan Gió Bay Đường Gió Bay | 87 |
| Một Lần Tỏ Tình Vụng Dại Người Ta Đi Mất Đâu Rồi | 88 |
| Nắng Hoàng Hôn Còn Sót Mấy Câu Thơ | 90 |
| Thương Hoài Ngàn Năm | 92 |
| Mùa Thu Tới Muộn Lá Chưa Rơi | 95 |
| Bài Thơ Là Bài Thơ Có Thể Là Có Thể | 96 |
| Bài Thơ Halloween | 98 |
| Après La Guerre | 100 |
| Làm Thơ Chơi Để Nhớ Hôm Qua | 102 |
| Có Giọt Lệ Nào Không Biển Sông | 103 |

| | |
|---|---|
| Buồn Hiu Nhiều Sáng Chim Không Hót | *104* |
| Xe Quét Đường Ngày Thứ Sáu | *105* |
| Hôm Nay Là Ngày Cuối Lá Phong Vàng Và Bay | *106* |
| Chuông Nhà Thờ Ngân Nga Đà Lạt Ơi Chiều Sớm | *107* |
| Đôi Mắt Nâu Vườn Cau | *108* |
| Than Ôi Một Bước Phong Trần Mấy Phen Chìm Nổi | *110* |
| Mưa Hồn Nhiên | *112* |
| Ôi Thành Phố Của Tôi Nồng Nàn Thu-Mùa-Hạ | *114* |
| Báo Tết Chào Xuân Số Tất Niên | *116* |
| Ngày Đổi Giờ Mùa Đông | *118* |
| Tin Thời Tiết Lại Sai Los Angeles Vẫn Nắng | *119* |
| Hà Nội Hôm Qua Có Mưa Nho Nhỏ | *120* |
| Một Bài Thơ Tình | *122* |
| Tháng Mười Ngày Cuối | *125* |
| Tháng Mười Một Thưa Thớt Thời Gian Đọng Bóng Chiều | *126* |
| Kiếp Sau Xin Chớ Làm Người<br>Làm Cây Khuynh Diệp Trường Bùi Thị Xuân | *128* |
| Thương Thương | *130* |
| Hôm Nay Đẹp Nhất Thế Gian Này | *131* |
| Năm Mươi Năm Tại Sao Hai Thế Kỷ | *132* |
| Ngày Thứ Sáu Đen | *134* |
| Thơm Bạt Ngàn | *136* |
| Mưa Lưa Thưa Trên Thành Phố Nắng | *138* |
| Mưa Nhỏ Câu Chuyện Nhỏ | *140* |
| Năm Mươi Năm Không Thấy Đường Về | *142* |
| Noel Đang Đếm Ngược | *144* |
| Đọc Đi | *146* |
| Nụ Hoa Hồng Anh Chưa Tặng Em | *148* |
| Coi Như Chiếc Lá Nhé | *149* |
| Áo Bà Ba Em Phơi Khi Nó Đầy Nước Mắt | *150* |
| Bài Thơ Làm Nhanh Buồn Đem Ra Phơi Nắng | *152* |
| Nắng Trôi Theo Mây Trôi | *155* |
| Gió Lạnh Mới Bay Ngang | *156* |
| Cũng Đành Vậy Một Bài Thơ Để Hôn | *158* |
| Tùng Nghĩa Mưa Đà Lạt Nắng | *160* |

| | |
|---|---|
| Mùa Đông Đang Qua Trước Cửa | 162 |
| Chiều Đi Qua Thành Phố Này | 163 |
| Mãi Mãi Em Là O Thiếu Nữ | 164 |
| Bài Thơ Trong Giấc Mơ | 165 |
| Đời Có Tình Yêu Nghĩ Cũng Vui | 166 |
| Bây Giờ Tôi Có Vội Cũng Chỉ Còn Chiêm Bao | 167 |
| Em Nói Em Làm Gió Đi Lên Núi Chải Mây | 168 |
| Chải Em Tóc Biếc Màu Tình Thủy Chung | 169 |
| Từ Một Dấu Chấm Xuống Dòng | 170 |
| Thời Gian Thật Lãng Mạn Còn Như Là Hoàng Hôn | 172 |
| Bài Thơ Mới Nhất Tóc Ơi Tình Yêu | 174 |
| Một Chút Gì Thương Cũng Đá Vàng | 176 |
| Chàng Về Đại Lược Thiếp Ngược Kim Long | 178 |
| Bạn À Coi Đây Lá Thư | 180 |
| Đà Lạt Ngàn Ngàn Năm Yêu Dấu | 182 |
| Đà Lạt Xưa Sau | 185 |
| Vĩnh Biệt Trần Triết Quỳnh Dao | 186 |
| Ngắn Ngắn Mà Cũng Buồn | 188 |
| Trời Lạnh Lắm Em Nhớ Cài Nút Áo | 190 |
| Em Là Thủ Đô Của Quê Hương Mơ Mộng | 191 |
| Truyện Ngắn Rất Ngắn | 192 |
| Tứ Tuyệt | 194 |
| Bức Tường Vôi Còn Xám Lòng Ai Không Khói Sương | 195 |
| Ghi Nhận Buổi Sáng Tháng Chạp Noel | 196 |
| Tên Của Một Loài Hoa Núi Rừng Nào Mình Cũng Thấy | 198 |
| Nghĩ Vụn Nhân Mùa Đông | 200 |
| Gió Mùa Đông Tê Điếng Bài Thơ | 202 |
| Chữ Gì Mình Cầm Lên Tay Thấy Nặng | 204 |
| Gom Lá Hơ Đông Mong Ấm Lòng Nhân Thế | 206 |
| Mùa Đông Đang Bay Qua Với Gió | 208 |
| Em Nở Bên Trời Một Búp Lan | 209 |
| Bài Thơ Này Em Ngủ Dậy Là Em Thấy Thương | 210 |
| Nước Xanh Trong Nắng Chảy Nước Xuôi Dòng | 212 |
| Tôi Làm Con Thuyền Giấy | 215 |

| | |
|---|---:|
| Hai Ngày Nữa Noel | *216* |
| Nhiều Hoàng Hôn Cũng Thế Nắng Vàng Bỗng Rưng Rưng | *218* |
| Áo Đỏ Vờn Như Bông Giấy Bay | *220* |
| Happy New Year | *221* |
| Một Bài Thơ Thách Em Không Thương | *222* |
| Thơ Lục Bát Làm Chơi | *224* |
| Chỉ Một Câu Mà Cũng Rất Thơ | *225* |
| Đóa Hoa Màu Tím Tưởng Nàng Bóng Mây | *226* |
| **Bạt** | *229* |

Liên lạc Tác giả
**Trần Vấn Lệ**
letran4820@hotmail.com

Liên lạc Nhà xuất bản
**Nhân Ảnh**
han.le3359@gmail.com
*(408) 722-5626*

www.ingramcontent.com/pod-product-compliance
Lightning Source LLC
LaVergne TN
LVHW012245070526
838201LV00090B/123